அருணாச்சலமும்
அருமை நாயன்மார்களும்
(வெண்பா மாலை)

நூலாசிரியர்

கவிஞர். இரா. அரங்கநாதன்

த/பெ ரகுபதி

கைபேசி : 9952699041

E-mail : kavinjarranganathank@gmail.com

ranganathankavingar@gmail.com

நந்தினி பதிப்பகம்

117-புறவழிச்சாலை – திருவண்ணாமலை – 606 601

அலைப்பேசி : 9843823777, 8248252792

E-mail : nsmugam.tvm@gmail.com

விவரப் பட்டியல் ....

நூலின் பெயர்   :   **அருணாச்சலமும்
                          அருமை நாயன்மார்களும்**
                          (வெண்பா மாலை)

நூலாசிரியர்   :   **கவிஞர். இர. அரங்கநாதன்**
                          கைபேசி : 9952699041

பதிப்பு   :   ஜூலை 2024

பக்கங்கள்   :   76

நூல் வடிவம்   :   டெம்மி 1/8

கணினி அச்சு /   :   **டிசைனிங் சொலியுஷன்**
அட்டைப்படம்   **சென்னை – 24**

வெளியீடு   :   **நந்தினி பதிப்பகம்**
                          117, புறவழிச்சாலை
                          திருவண்ணாமலை – 606601
                          செல் : 9843823777, 04175–227012

விலை   :   ரூ. **200/–**

அச்சிட்டோர்   :   **ஸ்ரீ விக்னேஷ் பிரிண்ட்ஸ்**
                          சென்னை – 83

உரிமை   :   **நூலாசிரியருக்கு**

மாம்பலம் **ஆ. சந்திரசேகர்**
தொழிலதிபர், எழுத்தாளர், சந்திரசேகர் பில்டர்ஸ்
33, பரோடா இல்லம், மேற்கு மாம்பலம்
சென்னை–600033 செல்: 944405322

வாழ்த்துரை

திரு அண்ணாமலை நினைத்தாலே 'முக்தி' தரும் அற்புத ஆன்மீக மலை 'பக்தி' மிகுந்து வந்த 'ரமணர்' இங்கு 'ரமண மகரிஷி' என்று ஆன்மீக மகா குருவாக மாறிப் போய் – அவரின் திருமடம் அருள்மடமாக அண்ணாமலையில் சிறப்பிக்கிறது!

'திருப்புகழ்' உருகி மனித மனமாசு அகற்றும் இதை இயற்றிய 'அருணகிரிநாதர்' பிறந்த பூமி – அவருக்கு உருவான கோயிலும் – குளமும் மனவளமும் – மண்ணின் வளமும் அருளச் செய்கிறது!

அடி அண்ணாமலையில் தங்கி திருப்புகழ் படைத்த மாணிக்க வாசகருக்கு – கோயில் எழுப்பப்பட்டு ஆன்மீக தமிழ் வணக்கம் செலுத்தப்படுகிறது!

'மலை வலம்' செல்லும் பக்தர்கள் மனக்குறை தீர்க்கப்படுகிறது! 'குபேரன்' உட்பட 9 தேசங்கள் 'பொருள்வளம்' அருளுகிறார்கள் என பக்தர்கள் நம்புகிறார்கள்!

**உள்ளியது எய்தல் எளிதுமன் மற்றுந்தன்
உள்ளியது உள்ளப் பெறின்**

ஆசைப்படுவதை அடைவது மிகவும் எளிது – அந்த ஆசையை திரும்பத் திரும்ப நினைத்துக் கொண்டே இருக்க வேண்டும் என்பார் வள்ளுவர்! அந்த செயலை செய்ய திரும்ப திரும் நினைக்க – எண்ணவே அண்ணாமலையை நாடி – மலைவலம் செய்து மனஉறுதி பெற்று – தான் நினைத்ததை அடைகிறார்கள்!

இப்படி வந்தோரை அரவணைக்கும் அண்ணாமலை – உண்ணாமலை தெய்வங்களின் விழாக்களின் சிறப்புக்கள் – துதி

– காப்பு கட்டுதல் – கோபுர தரிசனம் – கோபுர வரலாற்று பெயர்கள் – திருவிழாக்கள் – மூர்த்திகள் வீதி உலா – மயில்வாகனம், வாகனங்களின் வரிசைகள் – வெள்ளி விமானம் – மாலை – கற்பக விருட்சம் மரத்தேர், வெள்ளித்தேர் பிரமாண்டம் – பரணி தீபம், மகா தீபம் – தெப்பத் திருவிழா – அட்டமா மாலை – அவதார மண்டபங்கள் – மாநகர கோயில் பாடல்கள் – உட்பட இன்னும் இன்னும் இன்னும் 'அருணாச்சலமும் – அருமை நாயன்மார்களும்' என்ற இந்த நூலில் வெண்பா மாலையில் யாத்து அளித்திருக்கிறார் நம் கவிஞர் இர. அரங்கநாதன் அவர்கள்.

ஒவ்வொரு வெண்பாவும் – நன்பாக்களாக படிப்போர் – பக்தர்கள் – நெஞ்சை ஈர்க்கின்றன – நடனமாடுகின்றன.

'தென்னாடு உடைய சிவனே போற்றி' என்று ஆந்திரா – தெலுங்கானா – கேரளா – கர்நாடகா மக்கள் ஒன்று சேர்ந்த – சேர்த்த திருவண்ணாமலை – இந்நூல் படைப்பின் மூலம் – தமிழ்த்தாய் மகிழ்ந்து மலர்களை வாழ்த்தி சொரிகிறார்!

தமிழ்த்தாயின் தவப்புதல்வன் தான் பிறந்த திருவண்ணாமலையில் 'சொற் சிற்பம்' மூலம் தானும் அண்ணாமலையின் வரலாறாக மாறுகிறார்!

தமிழ் – தமிழர் – தமிழர் இனம் என்கிற சங்க கால இலக்கிய பாதையில் தடம் மாறாமல் ஓர் எழுத்து போராளியாக வலம் வர வேண்டும். நமது கவிஞர் இர. அரங்கநாதன் அவர்கள் என்று வாழ்த்துகிறோம்! மேலும் அவர் எழுத்துலகில் அனைத்து துறைகளிலும் மூடிசூட வேண்டும் என்று ஆசையுடன் வாழ்த்துகிறோம்!

வளர்க தமிழ்! வாழ்க கவிஞர்!

அன்புடன்

மாம்பலம் ஆ. சந்திரசேகர்

நல்லாசிரியர் கவிஞர்
முனைவர் **மு. பிரசன்னா**
தலைமை ஆசிரியர்
அண்டம்பள்ளம் – திருவண்ணாமலை வட்டம்

வாழ்த்துரை

நினைத்தாலே முக்தி தரும் அண்ணாமலையாரை மிக அழகாக அருமையாக சிறப்பாக இலக்கண சுத்தமாக கவிஞர் இர. அரங்கநாதன் வெண்பா மாலையாக தொடுத்திருக்கின்றார். பாமாலை பூமாலையாக வாசம் வீசுகிறது. நீங்களும் முகர்ந்து பாருங்கள். ஆம் அண்ணாமலையை தெரியாத அறியாத இந்துக்கள் இல்லை. கார்த்திகை தீபத்தை உணராத மக்கள் இல்லை. சிவமே கதியாய் வாழ்ந்து கொண்டிருக்கும் சிவன் அடியார்களுக்கும் எப்பொழுதாவது சிவனை நினைத்தால் அண்ணாமலையை உணரும் மக்களுக்கும் இந்த புத்தகம் ஒருவர்ப்பிரசாதம். திருவண்ணாமலை கார்த்திகை தீபத் திருவிழாவை ஒவ்வொரு நாள் நிகழ்வையும் மிக அழகாய் செதுக்கியுள்ளார். நாயன்மார்கள் வரலாறை மிகச் சிறப்பாய் விளக்கியுள்ளார். என்ன ஒரு சிறப்பு என்றால் தமிழை நன்கு கற்றவர்கள் மட்டுமே புரிந்து கொள்ளும்படி இலக்கண சிறப்பாக செதுக்கியுள்ளார். இந்நூலுக்கும் ஓர் விளக்க உரை அவரே எழுத வேண்டியிருக்கும் என்று நான் நினைக்கிறேன்.

நான்கடிகளால் புனையப்பட்ட 310 பாடல்களைக் கொண்ட மிக சிறப்பான அருணாச்சலமும் அருமை நாயன்மார்களும் என்ற நூலை கவிஞர் அரங்கநாதன் உங்களுக்கு ஆன்மீக சமர்ப்பணம் செய்துள்ளார். இந்தப் புத்தகத்தை நந்தினி பதிப்பகம் சண்முகம் ஐயா அவர்கள் மிகவும் சிறப்பாகவும் நேர்த்தியாகவும் அழகாகவும் வடிவமைத்து கொடுத்திருக்கின்றார்.

புத்தகத்தினை வாங்கி வாசியுங்கள் பக்தி பரவசமடையுங்கள் பக்தி எண்ணம் உடையவர்க்கெல்லாம் புத்தகத்தினை வாங்கி பரிசளியுங்கள். இப்புத்தகத்தினை வாசிப்பதன் மூலமாக நான் அடைந்த மகிழ்ச்சியை அனைவரும் அனுபவியுங்கள். பாராட்டுகள்

அன்புடன்

முனைவர் மு. பிரசன்னா

மதிப்புறு முனைவர் வள்ளல் **மா . சின்ராசு**
தலைவர் டாக்டர் கெங்குசாமி நாயுடு
மெட்ரிக் மேல்நிலைப் பள்ளி
திருவண்ணாமலை – 606601
அலைபேசி: 9194430393

வாழ்த்துரை

திருவண்ணாமலை – ஆன்மீகப் பூமி. இந்த புண்ணிய பூமிக்கு சோணகிரி, சோணாசலம், அருணகிரி, அருணாசலம் என பல பெயர்கள் உண்டு. அருணம் என்பது சிவப்பு என்று பொருள். சிவந்த வடிவுடன் விளங்குவதால் "அருணாசலம்" எனப் பெயரிட்டு அழைக்கப்படுகிறது.

நாம் அனைவரும் விரும்பி வணங்கும் அருணாசலம் புகழ் பாடும் வெண்பா மாலை. இது கவிஞர் இர. அரங்கநாதன் அவர்களின் அருணாச்சலமும் அருமை நாயன்மார்களும்' என்கிற புத்தகம் படிக்கும் போது நம்மை பக்தி பரவசத்தால் ஆழ்த்துகிறது.

'தொண்டர் தம் பெருமையை சொல்லவும் அரிது' என்பார்கள் – அருணாசலத்தின் – சிவ பெருமானின் புகழை உலகமெங்கம் பரப்பியவர்கள் – அவர் வைத்த சோதனைகளை மன உறுதியுடன் – ஈசன் பற்றுடன் வெற்றி கண்டவர்கள் நாயன்மார்கள். அவர்களைப் பற்றிய வெண்பாக்கள் மிக எளிமை! அருமை!

> "வகுத்தான் பிரித்தான் கொடுத்தான் மறைத்தான்
> தொகுத்தான் அனைத்தும் எனத்தான் – மிகுத்தான்
> இடைதான் எதுவும் – கடை தான் எனவே
> படைத்தான்; படைத்தான் பணி"

போன்ற வெண்பாக்களை எழுதி அதை மாலையாக்கி அருணாசல இறைவனுக்கு படைத்திருக்கும் இவரின் ஆன்மீகப் பணியை பாராட்டுகிறேன்.

சிவ பக்தர்கள் ஒவ்வொரு வீட்டிலும் இருக்க வேண்டிய புத்தகம் "அருணாசலமும் அருமை நாயன்மார்களும்" வாழ்த்துகள். பாராட்டுகள்.

அன்புடன்

மா. சின்ராசு

புலவர் **ஆ. ஆறுமுகம்,** பி. எஸ்.சி
மாநில தமிழாசிரியர் கழக சிறப்புத் தலைவர்,
திருவண்ணாமலை – 606601
அலைபேசி எண்: 9443039473

வாழ்த்துரை

கவிஞர் இரகுபதி அரங்கநாதன் தாய்மொழி தமிழின் மீது இருந்த பற்றால் ஆர்வத்தால் இலக்கணம் கற்று வெண்பா மாலை எழுதியுள்ளார்.

துர்கை, பிடாரி, விநாயகர் திருவிழா முதல் பத்து நாள் திருவிழா மற்றும் தெப்பத் திருவிழா, வரிசைப்படுத்தி வரலாற்று நோக்குடன் மரபுக்கவிதை வெண்பாவில் யாத்துள்ளது போற்றத்தக்கது.

'அண்ணா மலையான் அடியைத் தொழுவரின்' என்ற வெண்பாவின் இறைவனைத் தொழுதலின் பயனை நளினமாக விளக்குகிறார்.

'உன்னை ஒருவாகி அன்னை இடமாக' என்ற பாடலின் மூலம் அர்த்தநாரிசுவராகி பல்லுயிரும் காக்கும் தலைவன் என்பதை இப்பாடல் மூலம் நமக்கு விளக்குகிறார்.

அட்டலிங்கங்களின் பெருமையை, 'ஒன்றே பலவாய் பலவுமே ஒன்றாய்' என்ற பாடல் மூலம் தெற்றென விளக்குகிறார்.

'வாவென் றழைக்கும் மலை' என்ற பாடல் வரிகள் அண்ணாமலையின் மலைவளம் பெருமையும், அண்ணாமலை உண்ணாமுலையம்மையின் தரிசின பெருமையும் உணர்த்துகிறது.

அறுபத்து மூன்று நாயன்மார்களில் நவ நாயகர்களின் சிறப்பை கூறியுள்ள பாங்கு போற்றுதற்குரியது.

'அண்டமும் பிண்டமும் ஐயாவுள் ஈகையெனில்' தொண்டர்கள் உயர்வே ஈசனின் மகிழ்வு என்று உய்த்துணர வைக்கிறார்.

ஆசிரியரின் மரபு வழி வெண்பா போற்றுதற்கு பாராட்டுதலுக்கும் உரியது. அன்னாரின் தமிழ்ப்பறை மென்மேலும் சிறப்புற்று வரை வாழ்த்துகின்றேன்.

நன்றி! வணக்கம்!

அன்புடன்

ஆ- ஆறுமுகம்

என்னுரை

"கான மயிலாட கண்டிருந்த வான்கோழி" என கல்லாதான் பாடுகின்ற கவிதையை கவிஞர்களை மிரட்டிய ஒளவையின் மிரட்டலையும் மீறி இந்த கல்லாதான்; எம்பிரான் அருணாச்சல ஈசனுக்கும் அம்பாளுக்கும் பாடிய பாக்காள்; அதுவும் மிக்க கற்றோரையும் கால்தடுமாற வைக்கும் வெண்பாக்கள் நன்பாக்களா அன்றி வெறும் பாக்களா என்பதையும் நான் சூட்டியது பாமாலையா அன்றி வெட்டி வேலையா என்பதை எம்பிரானும் எம்பிராட்டியும் சுவைஞர்களுமே முடிவு செய்யட்டும்.

ஒரு சராசரி கிராமத்தில் சாரசரி விவசாயி மகனாகப் பிறந்த பள்ளி இறுதியாண்டு பத்தாம் வகுப்பு மட்டுமே தேறிய ஒருவனால் சுயமாக இலக்கண புத்தங்களை வாங்கிப் படித்து தேறி வெண்பாக்களை நன்பாக்களாக கட்ட எப்படிப் ஏலும் – இந்த கல்லாத கடையனுக்கு எனது குல தெய்வம் கண்ணக்குருக்கை திரௌபதி அம்மனும், திருவேங்கட ஈசனும், அருணாச்சல ஈசனும் அளித்த அருட்பிச்சை என்பதை என் உள்ளம் உள்ளியதால், அல்லும் பகலும் அடியேன் கண்டுதொழும் அருணாச்சல ஈசனுக்கு நான் என் சிற்றறிவுக்கு எட்டியவரை யாத்து படைக்கும் 'பாப்பாடையலை நன்றிப் படையலாக்கிய செயலே இந்த அருணாச்சலமும் அருமை நாயன்மார்களும் என்ற வெண்பாப் படையல். அறுபத்து மூவரையும் பாட வேண்டுமென்பது அவா சிலரை விருத்தங்களில் பாடியுள்ளேன் – வெண்பாக்களாக சுருக்கமாக பாடிய சில நாயன்மார்களை மட்டுமே இதில் இணைத்துள்ளேன்.

நான் கவி யாக்கும்பொழுதெல்லாம் படித்து ரசித்து ருசித்து ஊக்கப்படுத்தி உற்சாகப்படுத்திய எனது ஒன்றுவிட்ட சித்தப்பா மகன் சங்கர் கணேஷ் என் நன்றிக்குரியவன்.

கவிதை பற்றி கருத்தில்லா விடினும் உடன் நின்று ஊக்கப்படுத்திய எனது ஆருயிர் இணையாள் அர. சாமுண்டீஸ்வரியும் அச்சு வடிவில் வர ஆர்வத்துடன் ஊக்கப்படுத்திய – நான் பெற்றெடுத்த எனது தாய்கள் – மருத்துவர் அர. பிரியதர்ஷினி, கணினி மென்பொறியாளர் – அர. பிரேமலதா, செயற்கை நுண்ணறிவு மற்றும் கணினி அறிவியல் பொறியாளர் அர. பாரதி ஆகியோரும் என் நன்றிக்குரிவர்கள்.

கவிதை பிறந்த கதை

நான் வெண்பா மாலையில் குறிப்பிட்டதைப் போல ஆக்கியழித் தாரையுமே பேணி மறைத்தருளும் ஐந்தொழிலானை அம்பிகையை வணங்கும்போதும் அவனுறையும் மாமலையை கண்ணுற்று தொழுதேத்தும் போதும் ஏதுமற்ற ஏழையேனுக்கு பாப்புனையும் நுண்மாண் நுழைபுலம் தந்தருளிய ஆறெண்ணி சீரெண்ணி அவன் மீதும், மாமலை, திருவிழா உற்சவங்கள், ஆலயம், மூர்த்திகள் அதன் கீர்த்திகள் இத்யாதிகளை நந்தமிழில் அதுவும் வெண்தமிழில் வெண்பாக்களாக புனைய வேண்டும் என்று அவனருளிய அவா உந்த அருணையீசன் பற்றி தல, மூர்த்தி வரலாறு உள்ளிட்ட நூல்களை வாங்கிப் படித்து உள்வாங்கி ஏதோ அவனருளிய என் சிற்றறிவுக்கு எட்டியவாறு அந்த வெள்ளையான் ஏறும் விமலனைப் பாடியுள்ளேன். மூர்த்திகள், பிரகாரங்கள், கோபுரங்கள் அட்டலிங்க அனுட்டானங்களை என் சிற்றறிவுக்கு விளங்கிய வரை விளக்கியுள்ளேன். நிறையிருப்பின் வாழ்த்துக குறையிருப்பின் மன்னிக்க.

நன்றியுரை

முறையே ஆய்ந்தறிந்து கல்லாது அருணாச்சல ஈசன் மீதும் அம்பாள் மீதும் கொண்ட பற்றால் நம்பிக்கையால் மிக்க கற்றோரே துணியத் தயங்கும் வெண்பா மாலை யாக்க முரட்டுத்தனமாய்த் துணிந்துவிட்ட இந்த தகையில்லாத் தற்குறிக் கவிஞனை தகையாக்க ஆய்ந்தாய்ந்து அய்ந்து அற்புதமான அணிந்துரை நல்கிய தமிழ்ச்சான்றோர் பெருமக்களுக்கு என் உள்ளம் உவந்த நன்றிகள்.

தமிழக அரசின் நல்லாசிரியர் விருதுபெற்ற மதிப்பிற்குரிய அண்டம்பள்ளம் மேனிலைப்பள்ளி தலைமை ஆசிரியர் முனைவர் மு. பிரசன்னா அவர்கள் அடியேன் பால் அன்பு கொண்டு நல்கிய அற்புதமான அணிந்துரைக்கு எனது நன்றிகள்.

அருணாச்சலத் தீசன் மீதான அடியேனின் இந்த வெண்பா மாலைக்கு அனைத்தையும் ஆய்ந்து போற்றிப் பாராட்டி சிறப்பான அணிந்துரை நல்கிய தமிழகத் தமிழாசிரியர் கழக சிறப்புத் தலைவர் மதிப்பிற்குரிய புலவர் ஆ. ஆறுமுகம் அவர்களுக்கு எனது நன்றிகள்.

தொழிலதிபர் கவிஞர் மதிப்பிற்குரிய மாம்பலம் ஆ. சந்திரசேகர் அவர்கள். "தன் சொற்சிற்பம் மூலம், நானும் அண்ணாமலையின் வரலாறாக மாறியதாக என்னைப் பாராட்டி தமிழ் – தமிழர் – தமிழ் இனம் என்கிற சங்ககால இலக்கிய தடம் மாறாத போராளியாக மாற என்னை வாழ்த்தி நான் புளகிக்கும் 'ஓர்' அணிந்துரை நல்கிய அன்னாருக்கு எனது நெஞ்சம் நிறைந்த நன்றிகள்.

திருவண்ணாமலை டாக்டர் கெங்குசாமி நாயுடு மெட்ரிக் மேனிலைப்பள்ளி தலைவர், மதிப்புறு முனைவர் மதிப்பிற்குரிய வள்ளல் – மா. சின்ராசு அவர்கள் இவ்வெண்பா மாலையை ஆய்ந்து சிவபக்தர்கள் ஒவ்வொருவர் வீட்டிலும் இருக்க வேண்டியது இந்தப் புத்தகம் என்று தமது அணிந்துரையை அருளுரையாக நல்கியிருக்கிறார் அவருக்கும் எனது நன்றிகள்.

நிறைவான அன்பு அமைதி அடக்கத்தின் உருவாய் கருவாய் என் கடன் (இலக்கிய) பணி செய்து கிடப்பதே என்றவாறு தனது அகவை எழுபதைத் தாண்டிய பின்னும் இருபது வயது இளைஞனை ஒப்ப இலக்கியப்பணி சமுகப்பணி என அனைத்து தளங்களிலும் சுற்றிச் சுழன்று பணியாற்றும் எந்தச் சூழலிலும் இன்முகமாய் வரவேற்று உபசரித்து நட்புடன் ஆவன செய்யும். குறைந்த செலவில் நிறைவாக ஆயிரக்கணக்கில் பதிப்பித்து எனது புத்தகங்களையும் தரமாக நிறைவாக பதிப்பித்துத் தந்த இலக்கிய ஏந்தல் பெருமதிப்பிற்குரிய ஐயா

பதிப்பாளர் + நந்தினி பதிப்பக உரிமையாளர் ஐயா ந. சண்முகம் அவர்களுக்கும் எனது நன்றிகள்

என்றும் நன்றியுடன்

அன்பன்

கவிஞர் **இர. அரங்கநாதன்**

ஆசிரியரைப் பற்றி

நூலாசிரியர்	:	கவிஞர்–இர. அரங்கநாதன்
இயற்பெயர்	:	ரங்கநாதன்
பிறந்த நாள்	:	01–07–1966
தந்தை	:	இரகுபதி
தாய்	:	கம்சலா அம்மாள்
மனைவி	:	அர. சாமுண்டீஸ்வரி
மகள்கள்	:	மருத்துவர் அர. பிரியதர்ஷினி

கணினி மென்பொறியாளர் அர. பிரேமலதா

கணினி அறிவியல் பொறியாளர் அர. பாரதி

ஆரம்பக்கல்வி : ஊராட்சி ஒன்றிய தொடக்கப்பள்ளி
கண்ணக்குருக்கை (கிராமம்)

உயர்நிலைக்கல்வி : 1980 –81 அரசு உயர்நிலைப் பள்ளி
கண்ணக்குருக்கை (கிராமம்)
பாய்ச்சல் (அஞ்சல்), செங்கம் (வட்டம்)
திருவண்ணாமலை (மாவட்டம்)
கைபேசி எண்: 9952699041

கவி சமர்ப்பணம்
எம்பிரான் அபீதகுசலாம்பாள் உடனுறை
அருணாச்சலத் தீவனுக்கு

பொருளடக்கம்

விநாயகர் துதி

எடுத்த பொருளை இனிதாய் நீ–யேற்றி
கொடுக்கும் பெருமானே கோவே–தடுத்தாட்கொண்
டென்னைவந் தின்னல்தான் சேராம விண்ணாளில்
முஞ்சூரின் மேலேறி வா!

கலைவாணி துதி

நாக்கில்வா; நாசியில்வா; நாளும்–உனைத்தொழுமென்
போக்கில்வா; பொல்லாப்பை சாடுமென்–பாட்டில்வா
வெண்டா மரையில் விளங்கும் கலைவாணி
தங்கிடநீ என்னுள்ளில் வா.

செந்திருத்தாய் துதி

உன்னை மறந்தாலும் என்னை உறவாக்கும்
பொன்னேயுன் னையல்லால் பொற்புடனே – என்னையார்
காப்பார்; கடையேனின் கண்ணுன்றன் தாளொற்றி
நோற்றேன்நான் நோய்தீர்க்க வா.

அண்ணாமலையார் காப்பு

எம்பிரானும் எம்பிராட்டி ஏமம் தரவேண்டி
நம்பி யழைக்கின்றேன் நானேற்றும் – உன்காதை
அண்ணா மலைபோலும் ஆகாயந் தான்தீண்ட
அண்ணா மலையானே காப்பு.

உன்னா மலையம்மன் காப்பு

அம்பிகையே நின்பிள்ளை ஆர்வம் மிகுத்தோட
தன்னை யறியாது; ஓராது–தன்னிலைமை
அம்மையப்பன் உங்களைத்தான் ஆர்த்துவெண் பாப்பாவில்
தஞ்சமுற்றேன் உங்கள்தாள் காப்பு.

உ

1. அருணாச்சல வெண்பா மாலை-பகுதி 1

அண்ணா மலைவந்திங் கண்மிய பேருக்கு
உண்ணா முலையாள் உடனாகி – என்னாளும்
பேரரருள் வாரியே பெய்யும் பெருமானே
காரருள் தெய்வமன் றோ.   1

கரியுரித்த கையன்நீ காலனையே காலால்
விரைந்துதைத்த வீரன்நீ; வேண்ட – உரித்திருடன்
உற்றுடன்ற ஓர்பிரம்மன்; ஊடலினை தீர்த்திடவே
நிற்றகன்றாய் நேர்மலையாய் நீ.   2

இரப்பார் புரத்தல் இவனும் இரத்தல்
கரத்திலே சூலங்கொண் டாண்டு – இருத்தல்
வரத்தை வழங்கல் வழங்கியே அன்னார்க்
குரத்தையும் ஊக்கல் தொழில்.   3

நாயன்மார் நாயகனை நல்லோர் தொழுமரனை
வேயரிந்து வந்து விழுந்துதாள் – நேயமுடன்
முக்கண்ணா காவென்று மூன்றுமுறை சுற்றிவந்தால்
எக்கணமும் காப்பா னரன்.   4

எக்கணமும் எந்நிலையும் முக்கண்ணன் முன்வருவான்
அக்கண்ணி அங்கயர் கண்ணியுடன் – மிக்குறைவாள்
தக்கதாய் வந்தவனின் தாளடியில் சென்னிவைத்தால்
பக்கம்வந் தேற்பான் பணி.   5

நேர்மலையாம் மாமலையாம் நேர்ந்தோர் தலைக்காக்கும்
ஓர்மலையாம் உற்றாருக் குற்றுதவும் – சீர்மலையாம்
போர்மலையாம் பொல்லார்க்கு; பொன்மலையாம் நல்லார்க்கு,
கார்மலையாம் பாவத்தில் காத்து.   6

காலாலே காலனை காலா வதியாக்கி
காலால் நடமாடுங் காலனே – நீலகண்டா
வேலால் வினைதீர்ப்பான்; வேழ விநாயகன்போல்
பராயோ எங்களைத் தான்.   7

வேலனுக்கு தாதையனே வேண்டுவினை தீர்ப்பவனே
காலனுக்கு காலனான கால்நடத்தின் – மூலவனே
சேர்ந்துன்னின் தாள்பற்றி சீலத்தில் மிக்குயர்ந்து
ஓர்ந்துன்னில் ஊட அருள்.   8

வேலாயு தன்தந்தை வேழமுகத் தான்தந்தை
தோலாத பக்திக்கு தோள்தொடுக்க – வாயெந்தை
யாருந்தை யாரென்று யாரு மறியாரே
நீயெந்தை தானறிவேன் நான்.   9

கள்ளிக்கு வேலியில்லை காட்டுக்கு காவலில்லை
உள்ளளுக்குள் நீயிருக்க "உள்" தேடல் – இல்லையில்லை
வெள்ளத்தில் காப்பவனே வேண்டிவினை தீர்ப்பவனே!
கள்ளத் திருந்தெம்மைக் கா.   10

கோபுர தரிசனம் இராச கோபுரம்

அண்ட சராசரங்கள் ஆளும் பெருமானும்
முண்டகத் தாயவளும் முன்னியே – கொண்ட
இராசகோபு ரத்தோற்றில் என்றும் இலங்கி
அராவணிந்தான் நின்றான் கிழக்கு.   11

வல்லாள ராசன் கோபுரம்

இல்லேன் மகவெனக்கு என்றே இறைஞ்சித்தான்
வல்லாளன் தோற்றினான்; வள்ளண்மை – உள்ளாய் நீ
நற்குழவி யானேயே; நல்லவல்லா என்பெயரில்
நிற்கின்றாய் கோபுரமாய் நீண்டு.   12

கிளி கோபுரம்

கிளியாய் அருண கிரிப்பெருமான் சென்று
வளிவாய் மலர்கொண்டு வந்தான் – சலித்தான்
உடலின்றி; ஓங்காரக் கந்தரனு பூதி
படித்தானிக் கோபுரத் தில்.   13

அம்மணியம்மன் கோபுரம்

அம்மைக்கும் அய்யனுக்கும் அங்கமுத லாய்முழுதும்
தம்மையே அர்ப்பணித்த தங்கமகள் – அம்மணியம்
மாள்பெயரில் ஆகு வடதிசையில் ஆன்றமைந்து
நீள்கோ புரமுண்டு நீண்டு.   14

கட்டை கோபுரம்

நிட்டை யிருந்தாலும் நேமத் திருந்தாலும்
கட்டைகோபு ரந்தொழுது காண்டீரேல் – பத்தியொடு
ஒத்துழைப்பான் முத்திசிவன் ஒட்டுறவாய் வந்திடுவான்
நத்தியவண் நாளெல்லாம் ஏத்து.   15

திருமஞ்சன கோபுரம்

ஆனித் திருமஞ்ச மப்போதில் ஐந்தொழிலான்
தானித் திருக்கோபு ரத்தாடி – தானிசைவான்
அய்யன் திருமஞ்சம் அவ்வழியே சார்வதினால்
உய்கோ புரமான தென்றும்   16

பெய் கோபுரம்

மாணிக்க வாசனுக்கு மன்றதினில் வந்திறங்கி
தானன்று தாள்பதிய தாயணைய – கோனே நீ
பெய்ததினால் பேரருளை; பேரருளால் அவ்விடந்தான்
பெய்க்கோ புரமானாய் பெற்று.   17

2. துர்கை அம்மன் திருவிழா

"துர்"க்கைகள் யாவினையும் துன்மதிகள் யாதினையும்
நிர்க்கைகள் ஆக்கிடுவாய் நேர்மலையின்–துர்க்கைநீ
எற்கைகள் என்றாலும் துர்க்கைமுன் நிற்காது
கொற்கையும் கோவும் துணை.   18

மட்டில்லா ஆணவத்தால் மாமகிழன் வந்துடற்ற
அட்டில்லா வீரத்தோ டம்பிகையும் – தொட்டுடற்ற
விட்டகன்றான் துன்மகிழன், 'வீடுற்றா னெந்தாயால்
துட்டர்க்கும் ஈவாளே வீடு.   19

என்னம்மை ஈந்துவக்க நன்னம்மெல் லாஞ்சேரும்
பொன்னம்மை பொற்புடையாள் புன்னகையோ – டஞ்சேலென்
றெத்திக்கும் நிற்கின்றாள் ஈடில்லா தீபத்தை
சித்திக்க வைப்பாள் சிலிர்த்து.   20

துர்க்காம்பாள் தேரேறி தூய்மனத்தோ டேர்காண
அர்ச்சித்தார்; யாருங்கண் டார்ப்பித்தார் – நிர்க்குணத்தால்
கண்டாருங் கண்மயங்க காலடியில் சேவிக்க
கொண்டாடி வந்தார் வியந்து.   21

நீமுதலாய் நிற்கின்றாய் நீள்தீப நன்னாளில்
வேர்முதலாய் நிற்கின்ற வெற்புடையான் – மாமலையான்
அண்ணா மலையண்ணல் அன்னான்வந் தேகும்முன்
முன்னால் அருள்தருவாய் மூண்டு.   22

3. பிடாரி அம்மன் திருவிழா

அடாதன செய்வாரை ஆங்குசென்ற டர்க்கும்
பிடாரியின் பேர்சொல்லும் நன்னாள் – விடாது
துரத்தும் வினையெல்லாம் தூர்த்திடுமோர் தெய்வம்
இரங்கிட சென்று இறைஞ்சு.   23

என்னாளாய் ஈங்குற்றாய் என்ப தறியாத
அன்னாய்நீ தீபத் தருள்நாளை – பொன்னாளாய்
மாற்றிப் புரந்தந்து மன்றில் பொலிந்திடுவாய்
ஏற்றித் தொழவுற்றோம் இங்கு.   24

காவல் இருக்கின்ற கண்கண்ட அம்பிகை நீ
ஏவல் செயவுனக் கிங்குற்றோம் – கூவினால்
கொண்டாட வராயோ கோரி யழைக்கின்றோம்
முண்டகக் கண்ணியே முன்.   25

உழுவையின் மேலேறி ஓங்கி அமர்ந்து
எழுகின்றாய் இத்தலத்தைக் காக்க – அழகியலின்
ஆன்ம வடிவேயுன் அன்பின்றி யாரிங்கு
மீண்டு வருவார் வினை.   26

காணிக்கும் பாணிக்கும் காவலென நிற்கின்றாய்
தேனொக்கும் வாழ்வெதற்கும் தீர்வளிக்க – நீநின்றால்
பாநிற்கும் வாழ்வளித்து பற்றெய்வம் காநிற்கும்
யார்நின்றும் நீநிற்றல் சீர்.   27

4. விநாயகர் திருவிழா

மண்பந்தம் விட்டொழிக்க மாபந்த நாயகனாம்
விண்பந்தம் கொண்ட விநாயகனாம் – சம்பந்த,
பெம்மான் துணையிருக்க பேரருளை ஈந்தளிக்க
அம்மாயிங் காகாத தென்?   28

மூசிக வாகனனே முக்கண்ணான் தன்மகனே
யாசித்தால் யாவரையுங் காப்பவனே – வாசித்தால்
உன்பேரை; வந்தித்தால் உன்னாமம் என்னாளும்
பொன்னாளும் நன்னாளு மாம்.   29

நீயருள தீபத் திருநாளில் நீளுலக
தேயத்தார் தேடிவந்தார் தீராத – நேயமுடன்
மன்றெல்லாம் பொங்க மனையில் ஒளிதிகழ
நின்றிலங்கும் நேராளன் நீ.   30

துர்க்கை யிடமடைந்து தூயமண் சேகரித்து
அர்ச்சித்து அண்ணா மலையானுக் – கர்ப்பிப்போம்
மண்முதலா விண்ணீறா மாண்புடனே கொண்டாடும்
கண்கண்ட தெய்வமன் றோ?   31

நீதந்த மண்கொண்டு நீள்நவ தானியத்தை
சீர்தந் துயிர்தந்து சீர்கொண்ட – வாழ்தந்து
செண்டா மரைக்கயத்தில் சேர்ப்பித்து யாம்பெறுவோம்
அண்ணா மலையா னருள்.   32

5. கொடி யேற்றம்

மன்னுபுக ழத்தனையும் மாச்சிவனின் கீர்த்தியையும்
விண்ணுபுக ழாய்த்துலங்கும் வெற்பதனை – கொண்டிலங்கி
மண்டலமும் விண்டலமும் மற்றுமுள நற்றலமும்
கொண்டுதொழு தேத்துங் கொடி.   33

மும்மலங்கள் தீர்ப்பானின் முன்வந்து காப்பானின்
தம்முடைய தாள்பற்ற தாயன்போ – டங்கைகொண்
டாண்டவனின் தாள்சேர்க்க ஐயன்மீர் வாவென்று
வேண்டிக்கொண் டாடுங் கொடி.   34

செம்மலையாம் சீர்மலையாம் பேரின்பம் நாடிடுவோர்
தம்மலையாம்; நிற்கும் தழல்மலையாம் – பொன்மலையின்
பொற்பையெங்குங் காட்டி புகழ்பரப்பி வாவென்று
அற்புதங்கள் ஏந்துங் கொடி.   35

அய்யன் கொடிமரமாம் அன்னை கொடிகயிறாம்
நொய்யதாம் ஆன்மா கொடிசீலை– உய்ந்திடநாம்
பாசமெனும் பாங்காம் தருப்பை கயிர்நீக்கி
ஈசனிடம் சேர்க்குங் கொடி.   36

தெவ்வோர் கொடிபார்த்து தேடிவர, ஈங்குற்றோர்
உள்ளம் உருக உளமுழுதும் – அய்யனையே
ஏந்தி இறைஞ்சியிங் கெம்மானின் இன்னருளை
மாந்தவே தேடுங் கொடி.   37

6. முதல் நாள் பஞ்சமூர்த்திகள் வீதிஉலா

விநாயகர் மூஷிக வாகனன்

மூசிகன் மேலமர்ந்து முன்னிற்பாய் யாவைக்கும்
சாதிக்க வேண்டியே சந்தித்து – யாசித்தால்
நன்றெல்லாம் ஈவாய்நீ நாட; விநாயகனே
இன்று முதல்நாளில் வந்து　　　　　　　38

வள்ளி தெய்வானையுடன் ஸ்ரீ முருகன் மயில்வாகனம்

இச்சா கிரியா எழுஞான சக்தியெலாம்
ஒத்துவர வள்ளிதெய் வானையுடன்–ஒத்தவேல்
ஞானம்; உயிர்மயிலை கட்டுறுத்தி நாளின்று
மோன முருகன்வந் தான்　　　　　　　39

அதிகார நந்தி மீது ஸ்ரீ அண்ணாமலையார்

ஐந்தெழுத்தான் என்றாகி ஐந்தொழிலைக் கைக்கொண்ட
ஐங்கரனின் தாதை; யதிகார– நந்திமீ
தார்த்துவரும் சங்கரனே அண்மிவரும் சங்கடங்கள்
தீர்க்கத் திரிந்தாய் வலம்.　　　　　　　40

அன்ன வாகனத் தமர்ந்த ஸ்ரீ அன்னை

அன்னவாக னத்தமந்த அன்னைநீ; யாவைக்கும்
முன்னைநீ பின்னைநீ மூன்றும்நீ – என்னைநீ
காவா திருப்பதுண்டோ கண்ணொளியே நீயிங்கு
ஏவா தியங்குவ தியாது?　　　　　　　41

புலிவாகனத்தில் ஸ்ரீசண்டேசுவரர்

விண்டுரையா வார்த்தையினால் வீரமொடு கான்புலிமேல்
சண்டிகே செம்பிரானும் தாரணியார் – அண்டிவர
கண்டோரும் கைகூப்ப காணாதார் நெஞ்சினிக்க
உண்டருளே என்றுவந்தார் ஊர்ந்து.   42

7. இரண்டாம் நாள் திருவிழா காலை - சூரிய சந்திர பிரபை மாலை - வெள்ளி இந்திர விமானம்

அண்ட பகிரண் டமெலாம் அவனுடைத்த
கொண்டயிரு நேத்திரமாய் கொண்டாடி – விண்டலத்தில்
சுற்றிவரும் ஆதவனை சந்திரனை, மீதமரும்
ஒற்றும் பிரபையாக்கி னான்.   43

மண்டலமும் விண்டலமும் மாளாத பன்னுலகும்
கண்டிலங்க சந்திரராய் சூரியராய் – கண்ணுதலில்
கொண்டிலங்கும் கோனவனை கைகுவித்து "கா"வென்று
மண்டிலத் தேற்றுவோ மே   44

சூதகமும் சீதகமும் விண்டிரிவோர் சூக்குமமே
நாதவடி வானசிவன் நாயகனாம் – ஆதவர்க்கும்
சோதிவடி வானவனே சூட்சுமனாம்; தேவியர்க்கு
பாதி கொடுத்தவனைப் பற்று.   45

எத்தொழிலு முத்திவர னத்துவதால்; எத்திசையும்
சத்திசிவன் ஒத்துறவால் ஒத்திசைவால் – தத்திவரும்
வித்தகனை வித்தகியை ஒத்திபதம்; பத்தியொடு
சுத்தியொடு முத்தியதை தேடு.   46

ஐந்தொழிலோ டைந்துமுகம் கொண்டசிவன்; வீடுபெற
நைந்துருகி நாடிவரும் நல்லவர்க்கு – இந்திரவி
மானமதில் ஏறியரு ளாசியொடு இன்னருளை
தானமென தந்துருகி னான்.   47

8. மூன்றாம் நாள் திருவிழா - ஸ்ரீ சந்திரசேகர் பூதவாகனம்

மூன்றுவினை மூன்றறிவு மூன்றுகுணம் மூன்றுநிலை
தோன்றுவதோ முப்பிறப்பு தொல்லுலகில் – மூன்றாசை
இன்றுவரும் எம்பெருமான் இன்றெழுதல் ஏன்றதனை
கொன்றுவிடத் தானென்று கூறு.   48

நன்றுசெயின் நன்றுவினை தீமைசெயின் தீயவினை
என்றரனும் காத்தழித் தேகிமறைத் – தந்தருளி
நின்றுபடைக் குந்தொழிலான் நேர்ந்தசெய லைந்தொழிலான்
வந்தருள்வ ழங்கினானென் றோது.   49

மும்மலங்கள் மூவசுரர் மூவகையா மான்மாக்கள்
என்பதையும் எம்மிறைவன் எண்பதத்தா – லின்னழித்
தெக்கணமுந்; திக்கணைத்துந் ஏன்றுவர துன்பமெலாம்
அக்கணமே தீர்க்கின்றான் ஆங்கு.   50

வந்தருளும் வான்மறையான் பூதமதன் மீதமர்ந்து
எந்தவினை யானபொழு திப்பூதம் – இந்தவிதம்
யானடர்க்க; யாதடங்கி என்றனிட மாகுமென
கோனடக்கி வந்தென கூறு.   51

யானெனது என்னுமொரு தீவினையை நீக்கியருட்
கோனவனின் கோளதென கொண்டபெரு – மானவனின்
வானிகர்த்த பாதமுறைந் தன்வைனை வந்திசெய்து
தானிறைதல் தன்மையெனு மாறு.   52

✣ ✣ ✣

9. நான்காம் நாள் திருவிழா - காலை - நாகவாகனம் இரவு - கற்பக விருட்சம்

அண்டபகி ரண்டமதி லாழ்ந்துறையு மீசனவன்
குண்டலினி யாகிமணி தன்னவனின் – கொண்டயிடை
தன்னிலெழு நாகமென தானுமுறைந் துள்ளவனின்
முன்னிலுறைந் தொன்றிடுவான் முன்பு.   53

இன்னவித மெம்பெருமான் நாகவடி வாகிமுழு
துன்னரிய ஞானமொடு தோன்றிடுதல் – நின்றுணர்த்த
கோளரவு வாகனத்தே கொண்டதினில் கண்டிலங்க
வாளரவின் மேலேவந் தான்.   54

சுழிமுனையி லுள்ளவனாம் சுந்தரனை போற்றி
உழிவினைகள் தீர்த்தருளென் றோதி – அழிவினைகள்
ஆர்க்கா திருக்கவும் அஞ்ஞானம் போக்கவும்
தேர்க்கால் தொழுவோ மினி.   55

எத்தொழிலும் என்னுடைத்தாம் என்றுரைக்க முத்தொழிலான்
இத்தரையில் வேர்கொண்டேன் எவ்வுலகும் – நிற்கின்றேன்
கற்பகமா யாகி கனிவாம் கனியளிக்கும்
அற்புதம்நான் என்றான் அரன்.   56

தாவரத்தின் தன்றழைகள் தத்துவங்கள்; பற்கிளைகள்
போவழிகள்; தாங்கிடுமா தண்டதுவும் – காவலருள்;
எம்பெருமான் வேரதுவாம்; தீங்கனிபே ரின்பமென
நம்மிடையே நாதனும்வந் தான்.   57

10. ஐந்தாம் நாள் திருவிழா - வெள்ளி ரிஷப வாகனம்

மெய்வாய்கண் மூக்குசெவி ஐம்பொறியை மேலவர்க்கு
உய்ந்திடநீ யேபடைத்து ஓங்காரன் – செய்யதிரு
தாள்பற்றி ''தான்'' நீக்கி தாளாளா தானருள்வாய்
வேளாளா என்றழுதல் சீர்.   58

ஆணவக்: கன் மம்:மாயை ஆவயிந்த ரோதாயி
பேணாது; ஆக்கியழித் தாரையுமே – பேணி
மறைத்தருளும் ஐந்தொழிலை வாழ்விக்கும் நான்கு
மறையானின் மாண்பினையே போற்று.   59

மாலரியும் மாப்பிரம்மன் மாச்சிவனும் மன்றித்தான்
சூல்கொண்ட ஆயுதமே; கைக்கொண்ட – சூலாயு
தம்; மதனை தாங்கினின்ற; தாயின்றி தாயான
எம்பெருமான் என்றும் துணை.   60

முக்கண்கள் மூமுக்தி மூன்றறங்கள் முச்சோதி
எக்கணத்தும் இக்கணத்தும் காக்கின்ற – நிர்க்குணங்கள்
உள்ளானை உள்ளத்தில் உள்ளாக்கி உற்றுணர்ந்து
வள்ளாளன் தன்மகனை வாழ்த்து.   61

வெள்ளியான் மீதேறி வெள்ளையுள் எத்தோரை
கொள்ளைகொண் டன்னாரில் கோவில்கொண் – டுள்ளத்தில்
எல்லையிலாப் பேரருளை; இன்பத்தை; ஈத்துவக்கும்
பிள்ளைமனப் பெற்றியானைப் போற்று.   62

11. ஆறாம் நாள் திருவிழா - யானை வாகனம்

வேழந் தனையுரித்து வீரந் தனைவிளைத்து
யாவுமே ஈசனுக்கு நேரின்றி – மேவிட
இத்திக்கும் எத்திக்கும் வல்லாளன் தன்மகனால்
சித்திக்க யானைமேல்வந் தான்.   63

மதக்கரியாய் கட்டறுத்து மாக்களிறாய் நின்று
இதக்கரியாய் இன்னலையும் ஏற்கும் – விதந்தெரிய
எம்பெருமான் ஏறிவரல் இன்பமென் றின்முகமாய்
நம்பெரு மானையே நாடு.   64

ஆறுபத்து மூவரிங்கு ஆறாது மூவாது
ஏறுபத்தி யோடிறைஞ்சி எல்லையெதும் – மாறாது
சோணாச் சலச்சிவனின் தொண்டுக்காய் அர்ப்பணித்து
மோனத்தே மூழ்கிவந் தார்.   65

வெள்ளைமனம் வெள்ளையுளம் வேண்டும் சிவனின்று
வெள்ளிரதம் மீதேறி வேண்டிடுவோர் – துள்ளிடவே
வெள்ளையார் வாழ்வை விலகேன் எனவுரைக்க
அள்ளுரத மேறிவந் தான்.   66

கண்கவர்ந்தாய் காண்போரை காணார் உளங்கவர்ந்தாய்
எண்கொண்ட நெஞ்சத்தார் என்? கொள்வார் – கண்கொண்டும்
காணா திருக்கும் கடையர்க்கும் எம்மானே
சோணை யருள்மழையைத் தா.   67

12. ஏழாம் நாள் திருவிழா - மகா இரதம்

நெஞ்சத் திருந்து நிலையாமை ஓதிடவே
பஞ்சமூர்த்தி யானவர்கள் பாவிவர – அஞ்சேலென்
றன்னவரு மாசிதர; ஆரணங் கற்றோரும்
இன்னுமுளார் ஏத்திடுவார் இங்கு.   68

யாவும் படைத்திடுவான் யாதையுங் காத்திடுவான்
யாவுமே தானான எம்பெருமான் – ஏவும்
தொழில்செய்ய இந்திராதி யோரிங்கு நிற்ப
எழிலாயெம் மானும்வந் தான்.   69

உருத்தான் சிரித்தான் எரித்தான் ஒறுத்தான்
புரந்தான்; சிவன்தான் அவன்தான் – புரந்தான்;
துறந்தான்; துறவான் பரந்தான்; துறந்தார்க்
கறந்தான் துரந்தான்; அரன்   70

வரந்தான் தரத்தான் வருவான் சிவன்தான்
கரந்தார்க் கறந்தான் துறந்தார்க் – கரன்தான்
சிரந்தான் அரிந்தான்; சிவன்தாள் கிடந்தார்க்
ஒருதான் உரைத்தான் அரன்.   71

அரிதான் அயன்தான் இவன்தான் சிவன்தான்
ஒருதான் எனதான் உழன்றார்க் – குரைத்தான்
பலதான் நினைந்தார்; பலதில் பலதாய்
உளநான்; உணர்த்தி உளன்.   72

13. எட்டாம் நாள் திருவிழா-குதிரை வாகனம்

எட்டிமுடி யாதவனாம் எண்குணத்தான் எம்பெருமான்
கிட்டாத தில்லையெனும் கேண்மையுளான் – ஓட்டில்லா
வாழ்வே இதுவென ஒதவே மண்டையோட்டில்
ஆழ்ந்தானே பிச்சைபுகுந் து.   73

நிர்க்குணனாய் நிர்வாண னென்றாகி பிச்சையேந்தி
அர்ப்பணித் தாணவந் தான்துறந்து – பல்லுயிரும்
பாரோர் தலைவன் பரமன் தனையொற்றி
வாழும் வழிகாட்டி னான்.   74

தலையோட்டை தானரனும் கையேந்தல் என்றும்
நிலையாமை யேவாழ்க்கை என்னும் – நிலையுரைத்
தன்னிலையில் தானே நிலையாகும் தன்னைவந்
தொன்றிடுவா யென்பான் உணர்ந்து.   75

"நான்" துறப்பாய்; நன்றில்லா ஆணவக்கன் மம்மாயை
வீண்துறப்பாய்; ஏன்துறக்க எம்பெருமான் – வேண்டுகிறான்
வேண்டாத மும்மலங்கள் நீதுறப்பின் மீண்டுன்னை
நான்துறவேன் நாளுமுனை என்று.   76

புரவிமீ தேறிபுரு ஷோத்தமனும் பொங்கும்
இரவி சதகோடி யாகி – வருதல்போல்
பாவங்கள் போக்கிடவே பாய்ந்தோடி வந்திங்கு
காவலிங்கே காட்டிடுதல் காண்.   77

14. ஒன்பதாம் நாள் திருவிழா - புருஷா மிருக வாகனம், கைலாச வாகனம்

அருவம் உருவம் அருவுருவம் மூன்றும்
அழித்துபடைத் துக்காத்தல் ஆறும் – ஒருவியே
ஆன்மாவும் நீங்கிசிவ மாங்கடைதல்; போகமுக்தி
யாங்குறுதல்; ''ஒன்ப''தாம் நாள்.   78

யானெனுமி ராவணனும் எம்பெருமான் தன்மலையை
தானெடுக்க தனாரனார் தானடர்த்தார் – ஊனுறைவார்
யாரெனினும் எம்மரனார் மேலுறைவார் என்றவிதம்
ஊரறிய ஒன்பதினாள் காட்டு.   79

''தான்''தள்ளி தானிருப்பின் தானரனார் தண்டாரே
தான்காப்பார் என்றிடுமோர் தன்மையினால் – மாண்கொண்
டிராவணனை இன்னலிலின் றேற்பித்தார் அண்ணல்
அராவணிந் தெம்பிரான் அன்று.   80

சூலா யுதங்கரத்தில் சூடிய பெம்மானால்
ஏலாத தில்லெண்ணும் ஏற்றத்தால் – தோலா
சிவநாமம் சிந்தையி லேச்சூடி நாளும்
அவம்போக்கி வாழ்வோ மினி   81

தோன்றி மறைகின்ற தொல்லைநீக் குந்தேவன்
ஈண்டுண்டு ஈசனவன்; தொல்லுலகை – மீண்டன்னான்
சேவடிசே ரன்னாளே தேறும்நாள் என்றெண்ணி
காவடிகொண் டேகுவோ மே.   82

15. பத்தாம் நாள் திருவிழா - காலை - பரணி தீபம்

தரணியெலாம் தீபமென தானிருத்தல் காட்ட
பரணிதீப மானபெரு மானாம் – அரனவனே
ஆதார மானபொருள்; ஆங்கவனைச் சூடியே
பாதார விந்தம் பணி.   83

ஐந்துமுகத் தானபொருள் ஆங்கோர் முகத்திருந்தான்
நைந்தோர்க்கு நல்வீடு தானளிக்க – பஞ்சமுகன்
ஐந்தகலில் ஆரோக – ணித்துவந்தான்; ஒர்பொருளான்
ஐந்துசத்தி யாகிவந் தான்.   84

ஆர்த்தவா றெம்பெருமான் ஆடி வருமுன்னர்
தீர்த்தவாரி யங்குண்டு தீமையெலாந் – தீர்த்திடுமாம்
நற்பிரம்ம தீர்த்தத்தில் நாயகனார் தோன்றிடவும்
சிற்பிரம்மை போகுமன் றே!   85

அரோகரா வென்றே அரனைத் துதித்து
பரனை நினைந்துருகும் பண்பில் – கரங்குவித்து
ஆனந்தத் தாண்டவம்; அர்த்தநாரீ யைக்காண
தானிந்த துள்ளலென் றோது.   86

மூவாது சாவாது ஏலாது இவ்வாழ்வு;
காவாது; காணாது; போனாலே – தேவரரன்
இன்பநிலை ஈண்டில்லை என்றநிலை சென்றொழிய
இன்றரனின் தாளதனைச் சேர்.   87

16. பத்தாம் நாள் திருவிழா -
தீபத் திருநாள்- மாலை மகாதீபம்

ஏகப் பரம்பொருளும் என்னம்மை நாயகியும்
ஆகமே ஒன்றாகி அர்த்தநாரி – யாகியிங்கு
மாகமும்; மண்கடலும்; மாப்பஞ்ச பூதமென
தேகமே தீபமானர் இன்று.   88

ஞானப் பெருவிளக்கம் ஞாலத்திற் கீந்திடவே
மோனப் பரம்பொருளாய் முன்னின்றான் – தானரனும்
அண்டப்ப ராபரமிங் கார்பரித்த கண்டத்தில்
குண்டத்தே வந்திறங்கி னான்.   89

ஒளியாய் வளியாய் வெளியாய் உளதாய்
களியாய் பொலிவாய் கனிவாய் – 'உள'தாய்
நிலையாய் இலையாய் வெளிவாய் பலதாய்
கலையாய் நிலைவாய் நிலை.   90

கிளையாய் வருவாய் அமர்வாய் கிளர்வாய்
தளைவாய் களைவாய்; தளர்வாய் – உளதாய்
எனைதாய் நினைத்தாய் எனில்தாய்; உனில்தாய்
இணைப்பாய் உகுப்பாய் உறவு.   91

உன்னால் உருவாகி உன்னால் விரிவாகி
உன்னுள் ஒடுங்கும் உருக்காட்ட – விண்முட்ட
தீயாகி நிற்கின்ற தீம்பொருளே யாங்ஙணுமே
நீயாகி நின்றாய் நிலை.   92

முத்தொழிலும் ஐந்தொழிலும் மூர்த்தியுன் னாலென்று
எத்திக்கும் இத்திக்கும் ஏத்தியே; – சித்திக்கும்
முத்திக்கும் வித்தான மூத்தவனே வந்தென்னின்
புத்திக்குள் வந்து புகு.   93

அன்னையுமை யானாலும் ஆதவத்தி னாலன்றி
என்னையும்நீ வந்திரங்காய்; எல்லையிலாய் – முன்னைநீ
பின்னைநீ முற்றும்நீ மற்றும்நீ பெம்மானே
என்றன்னை ஏற்றாள் தவம்.   94

உன்னை ஒருவாகி அன்னை இடமாகி
பெண்ணுமில் ஆணுமில் என்றான – பெம்மானே
அர்த்தநாரி யாகிய கண்டத்தே வந்துதித்து
பல்லுயிருங் காத்தாய் பணி.   95

அன்னையு மப்பையும் ஆன்மாவில் ஒன்றென்னும்
வண்ணத்தை காட்டி யகண்டத்தே – வந்தாயே
நின்னையே நெஞ்சில் நிரப்பிய பேருக்கு
என்னையிங் குண்டோ குறை   96

பூவெல்லாம் உன்னொளியே பூமண்ட லந்தாண்டி
யாவுமுன் தண்ணொளியே; ஏந்துவோர்க்கு – காவல்
இருக்கின்ற கார்கண்டா யாதுமே நீயாய்
உருக்கொண்டு காப்பாய் உலகு.   97

17. தெப்பல் திருவிழா

ஐம்பூதத் துள்ளுறைந் தய்யனுள் ளானென்றே
பைம்புனலில் எம்பெருமான் பாங்குதெப்பல் – தன்னிலேறி
வாரியென தண்ணருளை வாரி யிறைக்கின்றான்
நாரீதன் னேற்ற பிரான்.   98

பராபரனோ டொன்றியே பையவே காக்கும்
பராசக்தி யன்னையும் பாரை:– பராபரிக்க
தெப்பலின் தேரேறி தீர்க்கின்றாள் பாபங்கள்
அப்பனும் அன்னை துணை.   99

அப்பனுக்கே ஒதினான் ஆங்கோர் இளையபிள்ளை
சுப்ரமணி; ஓங்காரம் சுத்தமாய் – கற்றவனாம்
முப்புரத்தான் தெப்பலுற்ற மூன்றா வதுநாளில்
சுப்பையன் தோன்றினான்தெப் பல்   100

அட்டமா மாலை

இடர்தீர்க்கும் எம்பெரு மானிடம் வேண்டி
இடப்பாகம் பெற்றன்னை எங்கும் – உடனேகி
தாள்பற்றி வேண்டிடுவோர் தங்குறைகள் தீர்க்கின்றார்
மால்தங்கை யாளுமர னும்   101

சண்டே சனைக்கூவி தாராயோ தண்ணருளை
பெம்மானை ஏத்தும் பெற்றிக்கு – என்றாங்கு
மோனத் திருப்பவனை மூன்றுமுறை கைதட்டித்
தானங்கேட் டால்தருவான் சால்பு.   102

தன்னைப் படைத்ததுவும் தானேதான் என்றாகி
முன்னைக்கும் பின்னக்கும் முன்பின்நான் – என்றானன்
கொன்றைப்பூ மாலையிலே கோவில்கொன் டானரனை
இன்றைக்கு மென்றைக்கும் ஏத்து.   103

அண்ணா மலையான் அடியைத் தொழுவாரின்
அன்னார் அடியைத் தொழுதேத்தும் – நன்னுடையார்
தன்னோர் அடியையும் தான்சென்று நான்தொழவே
பொன்னரனே பொற்பெனக்குத் தா.   104

உண்ணா முலையம்மை உன்றன் புகழையான்
உண்ணா யினித்திட ஓதவே – என்னாளும்
என்னை யருள்செய்வாய் என்னைப்போ விப்புவியோர்
தன்னோர்க் கருள்செய்து தா.   105

அர்த்தநாரீ யாயெந்தை யாங்கவரை யேத்துதற்கு
செற்றுடைய தாயெதுவும் சேருமெனின் – உற்றெதிர்க்க
கல்விசெல்வம் வீரமாயுள் கட்டுடல திட்டமென்றுள்
செல்வாயென் னுள்வீடு தந்து.   106

செம்மலையான் செம்மையை சீர்த்தியை சேவடியை
தம்முள்ளே தாமாழ்த்தி தாள்பற்றி – எம்மிறைவா
இவ்வுலகைக் காத்தருளென் றேத்துமிப் பொற்கவியுன்
செவ்வியைப் போற்றுவார் சேர்.   107

குற்றம் பலவுடையேன் கோனரனின் கோளுரைக்கும்
திட்டம் அதையுணர்ந்து தேற்றிடுவான் – மற்றவனின்
காதை படிப்போர்க்கும் காதாலே கேட்போர்க்கும்
வாதையைத் தீர்த்திடுவான் வந்து.   108

18. மிகைப் பாடல்கள்-அட்டலிங்க தரிசனம்

இந்திர லிங்கம்

சந்திரனை சூரியனை தன்விழியாய் கொண்டவனே
இந்திர லிங்கமாய் இங்குறைந்து – தங்கியுளாய்
தீபத் திருநாளில் தெற்றிவரும் தண்ணொளியில்
நாடுவோர்க்கு நல்லருளைத் தா.   109

அக்னி லிங்கம்

செந்தழலாய் நின்றசிவன் சீரக்னி லிங்கமென
வந்தருள்செய் தானிங்கு; மாத்தழலாய் – நின்றவனை
முந்தருள்தா முன்னவனே மூத்தவனே என்றிறைஞ்சி
செந்தில்வேல் தந்தையினைச் சேர்.   110

எமலிங்கம்

நீதிக் கொருதேவன் நின்திக்கே தென்திக்காம்
சோதியா யானசிவன் தொல்கடவூர் – சேதித்த
கூற்றுவனும் கைகுவித்துக் கொண்ட யமலிங்கம்
ஏற்றெந்தை ஏற்றமதை பாடு.   111

நிருதி லிங்கம்

சுருதியாய் வானவர்க்கும் தோன்றிபுரந் தந்து
நிருதிலிங்க மென்றாகி நேர்ந்த – திருவுருவே
நின்னருளே பொன்னருளாம் நின்னுருவே பொன்னுருவாம்
கண்ணருளை என்மீதுங் காட்டு   112

வருண லிங்கம்

நீர்மாரி நேர்மாரி பொன்மாரி பூமாரி
கார்மா ரியான கனவருணள் – சீர்திறத்தில்
கைகுவித்து தான்தொழுது காண்; வருண லிங்கத்தை
மெய்குவித்து மேவிதினம் ஏத்து.   113

வாயு லிங்கம்

உள்ளும் புறமும் ஓர்புறத்தும் நீங்காத
அல்லும் பகலும் அகலாத – நல்வாயு
லிங்கம் தனைத்தொழுது எங்கும் இருக்கும்மரன்
சங்கம் தனைப்போற்று வோம்.   114

குபேர லிங்கம்

ஈசற்கும் மாலவற்கும் ஈண்டுள விண்ணில்வாழ்
வாசவற்கும் செல்வத்தின் வாரியாம் – நேசன்
குபேரனுந் தான்துதிக்க கோவிலுற்ற லிங்கம்
விடாமலே வேண்டு விரைந்து.   115

ஈசான்ய லிங்கம்

ஈசான லிங்கத்தே ஈடில்லா எம்மிறையும்
வாசம் புரிந்து வருகின்றான் – நேசமுடன்
நிர்மலனைத் தான்தொழுவோம் நெஞ்சத்தில் கோயில்கட்டி
கர்மங்கள் தீர்ப்போம் கனிந்து.   116

ஒன்றே பலவாய் பலவுமே ஒன்றாகி
அன்றென்றும் ஆமென்றும்; ஆதார– மொன்றென்றும்
நேற்றின்று நாளையெனும் நேத்திரத்திற்க் கப்பாற்பட்
டாற்றலுடை யானைதினம் தோற்று.   117

19. பைரவர், சக்தி, வித்யாரேசுவரர் அவதார மண்டபங்கள்

கால பைரவர்க்கும் காண்சக்தி அம்மைக்கும்
கோல புரவிக்கும்; கோன்வித்யார் – மீள
கரிமுகற்கும்; காண நளனுக்கும் ஆங்கே
உரித்தான மண்டபங்கள் உண்டு.   118

❖ ❖ ❖

பிரம்ம தீர்த்தம்

தாமரையான் தான்முதலாய் தன்நேரில் தெவ்வோர்கள்
பூமறையார் யாருமே போற்றியே – தாழுறையும்
நீள்பிரம்ம தீர்த்தமெனும் நீலகண்டன் பேரரருளை
சூள்கொண்ட பூம்பொழிலும் உண்டு.   119

❖ ❖ ❖

பதினாறுகால் மண்டபம்

மங்கைக் கரசியெனும் மாமகலாள் தோற்றுவித்தாள்
கங்கைத் தலைகொண்ட கண்மூன்றான் – எங்குமே
அண்டம் முழுமைக்கும் ஆர்த்திடுதல் காண்பதற்கே
மண்டபம் கால்பதி னாறு   120

❖ ❖ ❖

பிடாரி அம்மன் சன்னதி

சடாமுடி அய்யனை தான்கொண்ட தாயை
விடாது தொழுதிட வேண்டி – பிடாரியை
சென்றேற்றி; சீர்கொண்ட என்னம்மை யாரையுந்தான்
மன்றேறி மண்டியிடல் மாண்பு   121

❖ ❖ ❖

சிதம்பர, ஜம்புகேஸ்வர; ஏகாம்பரேஸ்வரர் மற்றும் கோவில்கள்

சிதம்பர:ஜம் பீஸ்வரே காம்பேஸ்வ ரேனை
இதந்தரே கேஸ்வர கோவில் – பதந்தரு
பாங்கினில் பாரெலாங் காத்துமே எங்ஙனும்
தாங்கினார் தாரணி யை.   122

அன்னையும் அப்பையும் ஆங்குறை மாமலை
என்னையும் யானுறும் யாவையும் – அன்னையப்
பன்னுறை தாளினில் பாங்கினில் சேர்த்தெனின்
இன்னலை நீக்கென்பேன் யான்.   123

நெஞ்சில் நினைப்போர்க்கும் நேர்ந்து தொழுவோர்க்கும்
வந்து வினைதீர்க்கும் வள்ளலாம் – ஐந்தொழிலான்
தன்னைப் பணிந்திடுவோம் தாள்சென்னி வைத்திடுவோம்
முன்னை வினைதீர்ப்பான் மூண்டு.   124

ஆற்றல் எதுவுமிலேன் அய்யனுன் தாள்போற்றுங்
கூற்றை கொடுக்ககு ரித்தேனே – கூற்றின்கூற்
றானவனே யென்குறையை நீபொறுத்து ஆசியருள்
தானளித்து தண்ணளியைத் தா!   125

20. அருணாச்சல வெண்பா மாலை - பகுதி 2

மண்முதலா விண்ணீரா வாழ்த்தி வணங்கிடும்
கண்கண்ட தெய்வமாம்; காரிருளை – கண்டித்து
எண்ணத்தை ஈடேற்றி என்னாளும் காத்தருளும்
உண்ணா முலையானைப் போற்று.   126

திருஷடல் செய்யும் திருவருணைத் தெய்வம்
இருவாய் ஒருவாகி யார்க்கும் – கருவாகி
வந்தித்தால் வாழ்வளிக்கும் வள்ளலாம் சர்வேசன்
சிந்தித்தால் சேரும் சிறப்பு.   127

தழலே மலையாகும் தாத்பரியத் தீசன்
கழலது காப்பாகும்; கண்டு – தொழுதிருந்தால்
கார்கண்டன் கண்வைப்பான் காலமெலாம் காத்திருப்பான்
பார்த்தவன் பாதமே பணி.   128

அண்மமுடி யாமலையை அன்புருக அண்மினால்
கண்பார்த்து கைதொழுதால்; என்புருக – கண்ணாளா
என்றுநீ முக்கண்ணன் தன்னையும் ஏத்தினால்
கன்றென காப்பா னுனை.   129

அட்டமா சித்திகளே ஆகமா யாக்கியவன்
எட்டு குணத்தானாம் ஈசனின் – வட்டத்தில்
நட்டும் சிந்தையையும், நாட்டமவன் பாதமென
ஒட்டினால் உண்டு உயர்வு.   130

வட்டத்தை விட்டேக்கி வாட்டத்தை போக்குகிற
திட்டம் பலவுடையான்; தென்னாட்டின் – கட்டியத்தான்
அர்த்தநாரி யானவனாம்; ஆதிசிவன் தாள்போற்றி
கர்த்தாவாம் அன்னவனைக் காண்.   131

வாரிபோல் ஞானத்தை வைத்திருக்கும் ஞானமலை
காரிருளாய் கண்டங் கருத்திருப்பான் – நாரிக்கு
பாதி பகிர்ந்தளித்தான் தீபமாய் தீர்க்குமலை
ஆதியான் ஆழும் மலை.   132

வாவென் றழைக்கும்மலை மாளாத தத்துவங்கள்
தாவி வருவார்க்கு தானளித்து – வாவிபோல்
பாபங்கள் தீர்க்க பரமனைத் தான்தொழுதால்
தாபங்கள் தீர்க்கும் மலை.   133

நாயன்மார் நாயகனை நல்லார் தொழுமரனை
வேயரிந்து வந்து விழுந்துதாள் – நேயமுடன்
முக்கண்ணா காவென்று மூன்றுமுறை சுற்றிவந்தால்
எக்கணமும் காப்பா னரன்.   134

அம்மைக் கிடபாகம் அண்ட முழுபாகம்
தம்மைத் தருவான் தனிபாகன் – மும்மையில்
முந்தி முழுதும் துணையிருப்பான் எஞ்ஞான்றும்
எந்தையோ டெம்மை யினி.   135

அண்ணாம லையெண்ணி அண்ணாந்து நீபார்க்கின்
உண்ணாமு லையம்மை ஒன்றிவரை – எண்ணத்தில்
ஏத்தி தொழுதிருந்தால் எல்லாமே நீயென்றால்
காத்திருப்பார் காலமெலாம் வா.   136

நெஞ்சி லறைவாய் நினைப்பில் உறைவாயோல்
அஞ்சலே என்னும் அவம்போக்கி – மஞ்சரென
மாமலையான் காத்திருப்பான் வாரீரோ மாந்தர்காள்
ஏமமெது அன்னானின் தாள்.   137

மூவா மருந்தாவான் முன்வினைக்கு தீர்வாவான்
ஏவலே செய்தவனை ஏத்தினால் – கூவலுங்
கொண்டவனுங் கூப்பிடுவான் கையேந்தி கோரித்தால்
நின்றென்றுங் காப்பானை நேர்.   138

நான்மறையுந் தானவனாம் நான்முகனும் மாலரியும்
தானவனாம்; தோன்றியுந் தோன்றார்க்குந் – தானிறையாம்
அண்டச ராசரமும் அண்ணா மலையண்ணால்
கொண்ட உருவென்று கூறு.   139

என்னிலும் உன்னினும் எண்ணிலும் உள்ளவன்
தன்னையே தானறிந் துன்னையே – தந்தவன்
உன்னையுங் காத்துள வூரையுங் காக்குமா
றுன்னைநீ யாக்கல் உயர்வு.   140

முன்னையும் பின்னையும் மூளுமாம் யாவையும்
அன்னையும் அப்பையும் ஒன்றென – தன்னையே
கொண்டவன் கொண்டதோர் அன்னையப் பில்லெனும்
வன்மையை வாழ்த்துவோ மே.   141

அடியவர் காப்பதும் அன்னவர் பக்தி
உடையவர் ஆமெனின் உள்ள – தடையெலாம்
உட்கியே நீக்கலும் உள்ளத் திருத்தலும்
அக்கினி யான அரன்.   142

மலைதான் நிலையாய் வகுப்பான்; இறையாய்
நிலையா உலகில் நிலைப்பான் – மலைவாய்
அருளாய் பொருளாய் அரனே உளதாய்
இருப்பான்; புரப்பான் அவன்   143

அரன்தான் அரங்கன் எனில்தான் உளன்தான்
உருதான் உளத்தான் வரித்தேன் – ஒருநான்
எனத்தான் உணர்ந்தான்; எனில்தான் அவனுக்
கிணையாய் இலைதான் எதும்.   144

வகுத்தான் பிரித்தான் கொடுத்தான் மறைத்தான்
தொகுத்தான்; அனைத்தும் எனத்தான் – தொகுத்தான்
இடைதான் எதுவும்; கடை "தான்" எனவே
படைத்தான்; படைத்தான் பணி   145

முப்புரத்தைச் சுட்டானை மூவுலகும் காப்பானை
எப்புறமும் ஏத்தித் தொழுவானைப் – பற்றுவதே
இப்பிறப்பின் நீதியென எங்கும் பறையிட்டு
தப்பில்லா தான்தாளைச் சேர்.   146

கண்டு தொழுதிருப்பாய்; காணாது போனாலும்
நெஞ்சி லைறந்து நிமலனை – கெஞ்சித்தான்
தாளினைச் சேர்வாய்; தயாபரன் தன்னருளால்
நாளெல்லாம் நன்றாகும் தான்.   147

வேண்டுங்கால் வேண்டுநீ வேண்டாதான் தாளினை
வேண்டு வனவெல்லாம் நல்குவான் – வேண்டியவை
வேண்டா தவற்றையும் வேண்டாதே; எம்பிரானை
வேண்டுநீ வெல்வதற்கே.   148

அஞ்சுக அர்த்தநாரி யானசிவன் கட்டளைக்கே
கெஞ்சுக அன்னான் கிளைவேண்டி – மிஞ்சுக
ஆதிசிவன் தாள்மறுக்கும் அற்பரின் சேட்டைகள்;
மீதி யவன்தன்னின் பாடு.   149

உற்றாருக் குற்றானை; உற்றாத வற்றெல்லாம்
செற்றானை; மற்றவர்மேல் பற்றானை – உற்றுணர்ந்து
கற்றவர்மேல் கற்றானை; பற்றுவைத்து சுற்றிவந்து
முற்றாக ஓதி யுணர்.   150

பெற்றவரின் பெற்றானை; பெற்றவரைப் பெற்றானை
கற்றவரின் கற்றானை; காற்சதங்கை – உற்றானை
சிற்சபையில் நட்டானை சேவடியில் பெற்றானை
பொற்பதத்தின் பொற்பெண்ணி போற்று.   151

யாவினைதான் என்செய்யும் யாதுமான எம்பெருமான்
காவினையால் காத்திருக்கும் போழ்தினிலே – பாவிகளும்
சித்தம் தெளிந்து சிவனையுந்தான் தாள்பணிந்தால்
நித்தமுங் காப்பா னரன்.   152

அட்டலிங் கத்தேறி யாரோக னித்தய்யன்
ஒட்டியுண் ணாமுலையாள் உற்றேகி – விட்டகலா
நிற்கின்றான்; நீயவனின் பாத மலர்பற்றின்
உற்றவீ டுண்டு உணர்.   153

அய்யா அரனே அடியேனைக் காவென்றால்;
உய்ய அழைப்பித்தால் உற்றவனும் – மெய்யாக
வேழ விநாயகன்போல் வெற்றி முருகனைப் போல்
ஊழ்வினையில் காப்பானரன்.   154

பற்றற்று பற்றுவைக்கின் பற்றுவிட்ட பற்றற்றான்
செற்றதனில் காத்து; செறிவுடைய – உற்றளித்து
அற்றம் தவிர்த்து அவத்திலே காத்தருள்வான்
சுற்றமெ தாதிசிவ னே.   155

கற்றவை யன்னானை; காற்றொழுதல்; கண்ணொாற்றி
உற்றவை யன்னானை ஓம்புதல்; – பெற்றவை
யன்னானின் பேரருள்; யாண்டும் செலச்சொல்லல்
அன்னானின் பெற்றியின் பேறு.   156

அட்டமா லிங்கத் தருமை தனைச்சொல்லி
இட்டமா யன்னானின் தாள்போற்றி – எட்டுமா
றன்னான் இருசெவியை ஆராதித் தேத்தினால்
என்னையிங் கேலா தது.   157

சிந்தனைசெய் சீர்மலையான் சீரெண்ணி; என்னாளும்
வந்தனைசெய் வாரியாம் நல்லருளை – நிந்தனைசெய்
செய்ய பதந்தன்னை போற்றாதான் சீர்த்தியை;
உய்யவே வைப்பதவன் மாண்பு.   158

அண்ணா மலையண்ணல் ஆறெண்ணி சீரெண்ணி
உண்ணா முலையம்மை உற்றெண்ணி – கண்ணாளன்
முக்கண்ணன் தன்னின் முறைமையுங் குன்றாது
எக்கணத் தேத்தித் தொழு.   159

சோணாச் சலச்சிவனை தொண்டுசெய் – யம்மையை
வாணா ளிலெல்லாமே வந்திந்து – பேணுவார்க்கு
பித்தன் பிறைசூடன் பெம்மானாம் தேவர்க்கும்;
ஒத்துழைப்பான் ஓங்குதற் கே.   160

வாயார வந்தித்தால் வாழ்விக்கும் எம்பெருமான்
தேயத்தே நான்மறைகள்; தீர்வெனிலோ – ஒயாத
ஊழ்வினைக்கு மேல்வினையான்; உற்றவர்க்கு வாழ்வளிப்பான்
பாழ்வினைகள் தீர்ப்பாய் பணிந்து.   161

அருவம் உருவம் அருவுருவம் என்ற
பெருவுருவாய் சோதிப் பிழம்பாய்க் – கருக்கொண்டான்
அண்டமுடி யாமலையாம் அண்ணா மலையாகி
திண்வினைகள் தீர்ப்பான் சிறந்து.   162

அம்மைக் கிடந்தந்தான்; ஆராதித் தய்யன்தாள்
மும்மையுங் காவென்றால் முத்தொழிலான் – எம்மையுங்
காத்தருள்வான் ஈசன்சர் வேசனவன் கண்மூன்றும்
பூத்திருப்பான் பொற்பீயத் தான்.   163

அம்மணியம் மாளென்னும் ஆன்மக் கரைகண்டாள்
எம்மானும் போற்றும் இயல்பினாள் – செம்மையாய்
வம்மின்; வடதிசையே அர்ப்பித்தாள் கோபுரந்தான்
அம்மையின் நாமத்தால் ஆங்கு.   164

அருண கிரிப்புலவன் ஆயுளை நீக்க;
பெருமான் வல்லாளன் பேரில் – கருவான
கோபுரத் தேறினான்;தற் கொல்ல உயிர்நீப்பான்;
"கா" புரந்தந் தேற்றான்கந் தன்.   165

கந்தரனு பூதியென்னும் கற்கண்டுத் தேனுருவை
சுந்தரமாய்ச் சூட்டியே தோத்தரித்தான் – செம்பிரானாம்
எம்பிரானை ஏத்தி அருணகிரி யன்னாளில்
நம்பி;தன் நாயகன் மீது.   166

ஞானசம் பந்தனெனும் ஞான முதல்வனும்;
மோனத்தில் மூழ்கிடும் முன்னவனைக் – காணத்தான்
தேவாரத் தோதினான் தேடாத் திரவியமாம்
மூவரில் மூத்த வனை.   167

நாவுக் கரசன்நம் நாயகனை சென்னியில்வைத்
தேவுக் கரசென தேடியே – "பா"வுற்றான்
யாவருமே ஈங்குற்றார்; எம்பிரான் தன்னேற்று
கோவானான் யாருக்கு மே.   168

சோதி மலையான சோணாச் சலச்சிவனும்
காதிடும் சோதி கரைத்துமே – பாதியான்
பொன்மலையாய் பூரித்தான் மீட்டுமவன் கன்மலையாய்
நின்றான் கலியுகத் தே.   169

அருணம் சலமாய் அருணாச் சலமென்
றொருமையா யோங்கி யுலகுக் – கொருவாகி
அண்டபகி ரண்டமதை ஆளும் பெருமானும்
முண்டகத் தாயுடன்நின் றான்.   170

மலையே சிவமாய் நிலைக்கும் மலையின்
தலமாம்; அருணாச் சலத்தின் – நிலைப்பாய்
தலைப்பாய் உலகில் தழைப்பாய்; உனக்கு
இலையே இணையாய் எதும்.   171

சலமே சிவமாம்; சலத்தின் மிசைதான்
கலமே விழையார்க் கவியும் – தலமாய்
உளதாம்; அருணாச் சலத்தின் உவப்பாய்
விளைப்பாய் விதையாய் உனை.   172

சுயம்பாய் அரன்தான் உளன்தான்; சுயமாய்
வியவாய் அவன்தாள் விழுந்தால் – அயன்தான்
பணிந்தான் அணைய பணிந்தால் சிவன்தான்
அணைவான் அருளால் உனை.   173

துறந்தால் உலகம்; துறவா தரன்தாள்
கிடந்தால்; கிடையா வரந்தான் – மறவா
தருள்வான் பரந்தான் அவன்தான் சிவன்தான்
அருணாச் சலத்தான் அவன்.   174

கரந்தான் திரிசூல் உடையான் கரன்தாள்
கரவா துருண்டால்; மருளா – திருந்தால்;
முரசத் திறைவன் முழுதாய் பரந்தான்
தருவான்; மருளல் தணி.   175

வருவாய் நிலைப்பாய்; மலையே இறையாம்;
அருணாச் சலத்தின் அடைவாய்; – உருவாம்
அரனின் வடிவாம்; அவனின் நிலையாம்
திருவாய் கனிவான் உளம்.   176

தெளிவாய்த் தெளிவாய் தெரிவாய் அறிவாய்;
உளதாய் இலதாய் பலதாய் – உள"தாய்"
சிவத்தாய்; அவன்தாய்; விலகாய் அவன்தாள்
அவத்தாய் அகற்றாய் இனி.   177

கலையாய் அவன்தாள் கிடப்பாய்; கருவாய்
நிலைப்பாய் பதமே நிதமே;– தலைப்பாய்;
திளைப்பாய்த் திகைப்பாய்; அருளைத் தெளிப்பான்
களைப்பைக் கலைப்பான் சிவன்.   178

வருவாய் உனக்கே வரந்தான் பதமாய்
வருமே சிவன்தாள் உணர்ந்தால்; – அரன்தான்
தருவான்; பெறுவான் மனந்தான்; மனத்தால்
மருளாய் எனில்தான் அவன்.   179

ஒருதான் எனத்தான் உரைப்பான் அவன்தான்
அரன்தான்; அதைத்தான் உணர்ந்தால் – சிரந்தான்
பணிந்தால் பலநாள் கிடந்தால்; அரவம்
அணிந்தான் அருள்வான் அணி.   180

எதுதான் இலைதான்; சிவன்தாள் கிடந்தார்க்
கதுதான் இதுதான் எதுவும் – பொதுதான்
அரன்தான் அவன்தன் அருள்தான் தினந்தான்
வருந்தான் வரவா யினி.					181

வில்வத்தால் அர்ச்சித்தால் வெல்வித்தை காட்டுபவன்
பல்வித்தைத் கன்னான் படியன்றோ – தொல்வித்தை
சோணாச் சலத்தானை தோற்றி வணங்குங்கால்
வாணாளி லேது பயம்.					182

கொன்றை மலர்சூட்டி கொற்றவனின் மன்றேறி
என்றும் சரணாகி ஏத்தினால் – பின்றாத
பெற்றி தருவான் பிறைசூடன்; எஞ்ஞான்றும்
கற்ப தவன்திருத் தாள்.					183

கீழ்நின் றுனோக்கிடி லேகன்; கிரிவலத்தே
வாழுமர்த்த நாரியாம்; வாழ்த்தி – தொழுதேத்தி
மேற்புறத் தேகிடின் மேவுமும் மூர்த்தி; வலந்
தோற்றினா லைந்து முகம்.					184

வாவென் றழைக்குமலை வந்தித்து தோற்றினால்
தாவெனு முன்பே தருமலை – கோவானான்
அண்ணா மலையண்ணல் ஆளும் மலையதனை
உண்ணா இனிக்க ஓது.					185

சுற்றிவர சுற்றிவர சுற்றிவர சுற்றிவர
நெற்றியிலே கண்ணுடையான் நேர்வதினால் – வெற்றிவரும்
தெற்றிவீடும் தீவினைகள் வற்றிவிடும் பாபங்கள்
முற்றுமுத லாயவனை யோது.				186

அற்புதங்கள் கொண்டமலை ஆகாத தீர்க்குமலை
தொற்றுவினை தோற்றுவினை மாற்றுவினை – மற்றவினை
அத்தனையும் மாற்றிவைக்கும் அற்புதத்தான் உற்றமலை
சித்தியையும் சீர்த்தியையும் போற்று				187

பொற்பதங்கள் தற்கொண்டாண் பொன்னொளியின் சோதியினான்
சிற்றொளியால் கீழ்போக்கி சீர்திருத்தும் – அற்புதத்தான்
"தற்"பெருமை வாய்பேச தண்ணளியை என்பேச
கற்பனைக்கும் காணா துயர்வு.   188

எண்ணற்ற சித்தியுளார் ஏராள ஞானியினார்
அண்ணா மலையதனில் ஆங்குற்றார் – கண்ணுதலான்
பெண்ணுற்ற மேனியனான்; பேதலித்தார் தான்மீள
விண்ணின்று வந்தான் விரைந்து.   189

அண்ணா மலையானை அண்முவோம்; அன்னாளே
விண்ணாளும் கீர்த்தியும் வெற்பனைய–உண்டாமாம்
இப்பிறப்பு தான்நீங்க எம்பிரான் தன்பதத்தில்
ஒப்படைப்போம் உற்றா னிடம்.   190

எண்ணினால் அண்ணலை ஏந்திகரங் கூப்பினால்
தண்ணளியால் தாங்குவான் தாயாவான்– விண்ணான்டான்
உன்னுள்ளும் ஊடாட உள்ளத்தே தான்வாழ
என்னாளும் ஓது உணர்ந்து.   191

இல்லாத தில்லையே எம்பெருமான் ஆளுகையில்
வெல்லாத தில்லையவண் வேண்டினால் – நல்லார்க்கு
நாடும் நலமனைத்தும் நல்குவான் எம்பிரான்
வீடென்ப தன்னான் பதம்.   192

மும்மூர்த்தி தன்னில் முதன்மூர்த்தி யானவனின்
செம்பதத்தே வீழ்ந்துநீ சேவித்தால் – ஐம்புலத்தால்;
அன்னானை ஆராதித் தேத்தி அழுதிருந்தால்
என்னாளுங் காப்பா னரன்.   193

பத்தியொடும் சுத்தியொடும் பந்தமுடன் சுற்றிவர
சத்திசிவன் ஒத்துழைப்பான்; தத்துவனை–நத்துகநீ;
உத்தமனின் உத்தரவே ஒட்டுறவாம் எத்துறைக்கும்
சித்தியுனக் கொட்டிவரும் ஒங்கு.   194

தரணிக்கு தீபமாய் தானே வருமுன்
பரணிதீப மாகி பராபரன் – வருவான்
அதிகாலை நேரத்தே ஐந்தொழிலான் ஆங்கே
உதிப்பான்றன் கர்ப்பத்தி லே.   195

ஆகாயந் தீண்டிடும் அக்கினியாம் தீபத்தை
வாகாய் வணங்கியே வந்தித்து – ஊர்காக்கும்
உத்தமனாம் எங்கள் உமாபதியை சேவிக்கும்
அத்தருணம் மெய்சிலர்க்கு மே.   196

பார்வதிக்குப் பாதி பகிர்ந்தளித்தான் பாதத்தை
ஊர்கூடி தேரிழுத்து உற்சவமாய்– சீராட்டும்
சிந்தையை நாயேன்நான் சிந்திக்க தந்திடென்
றெந்தையை வேண்டுவ னே.   197

சொல்வளமும் தூய தமிழ்வளமும் சொக்கவைக்கும்
செல்வங்கள்; ஆளும் சிறப்புடனே– பல்வளமும்
சொக்கேசன் தந்தானே தூயதாள் பற்றியே
முக்காலத் தேற்றுவனே.   198

பொய்ப்பொருளின் நீக்கத்தான் பொன்றலிடும் போதினிலும்
மெய்ப்பொருளாம் கண்ணுதலான் மெய்வணங்கும் –
உய்ப்பொருளான்
மெய்ப்பொருளான் மேலுழலும் மெய்பத்தி யால்புளகம்
எய்திதனில் ஏற்பா னரன்.   199

சிவவேடந் தானணிந்த தீயனைக் காத்த
தவசீலன்; மெய்ப்பொருளான்; தந்த – சிவத்தொண்டை
உவந்தே உடனேற்று உள்ளம் இனித்த
தவத்தாரின் மூலன்நம் தலை.   200

உற்றபொருள் யாதையும்; ஓடி உழைத்துத்தான்
பெற்ற பெரும்பொருளும்; ஓதியே – கற்றபொருள்
யாவையும் எம்பிரான் ஈசன் சிவனாரின்
சேவைக்கே சேதி உணர்.   201

21. அருமை நாயன்மார்கள்

திருநாளைப் போவார் (நந்தனார்) வரலாறு

பறையடிக்கும் பண்புகொண்ட ஓர்குலத்து நேசன்
நிறைகொடுக்கும் பத்திபூண்டு நேர்ந்தான் – கறைமிடற்றான்
நந்தனென்பான் விந்தைகொண்ட நாயனாகி கண்டகனின்
சிந்தைதளில் சேர்ந்தவனின் சீர்   202

திருப்புன்கூ ரென்னும் திருத்தேவன் வாழும்
ஒருநன்னூர் கோயில் உவந்து – அருகுற்றான்
ஆடினான் பாடினான் ஆங்குற்ற பெம்மானை
தேடினான் தான்தொழத் தான்.   203

பத்தியினால் எம்பெருமான் பாதத்தை சேவிக்கும்
உத்தியினால் ஊருலகை ஓர்மையாய் – வெற்றிகொளும்
புத்தியினான் நந்தனையும் போவென் றரற்றினரே
சிற்றறிவுச் சிந்தையர் அன்று.   204

சாதியினார்க் கீழென்றார்; சர்வேசன் தான்காண
யாதுமிலாய், மேன்மையிலாய் ஈங்குற்றாய் – போதியென
பாதியினான் பார்த்திடத்தான் பாதகத்தார் கூவலிட
நீதியினான் நெக்குடைந்தான் நெஞ்சு.   205

ஆதிசிவன் தாட்பணிய ஆழ்மனதின் நோக்கமுளான்
வேதியலின் மாற்றம் வெடிப்புற – பாதிபாகன்
ஆண்டவனை சேவிக்க ஆங்குற்றான் ஆலயத்தே
காண்டலின்றி கற்பனித்தான் காண்.   206

அண்முதற் காணையிலா தாங்குற்ற இன்னலினை
கண்மூன்றான் கண்ணுற்றான் காளைக் – யினை கண்டித்தான்
எட்டிசென் றென்னவன் என்னையும் தாட்பணிய
ஒட்டுற வாகென்றான் ஓர்ந்து.   207

நந்தியன் தன்னுரு நாடவிடாத் தன்மையினை
செம்பிரான் தானுணர்ந்தான் செப்பினான் – நந்தியே நீ
உன்னிடம் விட்டகன்று உற்றே உதவிடுக
என்னையவன் காண்டலுக் கே.				208

எம்பிரான் ஆணை இடபழும் ஏற்றகல
தம்பிரான் நந்தன் தலைமேற்கை – கொண்டனன்
ஆடினான் பாடினான் ஆனந்தக் கூத்தனைக்கண்
தேடிப் பதம்பணிந்தான் தேர்ந்து.			209

நந்தனார் அம்பலத்தானை அணுகல்

ஓர்நாளைப் போய்த்தொழுவேன் ஒருருவில் தன்தேவி
ஈருருவாய்க் கொண்டவனை ஈசனெனும் – பேருருவை
என்றே நினைந்திருப்பான் என்றாலும் அம்பலத்தான்
தன்னைத் தொழுதலிலான் தான்.				210

இன்னாளோ என்னாளோ யானும்போய் அம்பலத்தான்
தன்னைத் தொழுதலென தானுருகி – கண்ணழுல
பன்னாள் பொறுத்திருந்த பாங்கை அகற்றியபின்
மின்னல் எனப்போந்தான் தான்.			211

எல்லையிலா அன்புடையான்; எம்பிரான்; கூத்தாடும்
தில்லையினான் தேடியே தில்லைபோய் – ஒல்லையனாய்
கீழ்க்குலத்தான் என்கின்ற கீழ்மையால் மேற்குலத்தான்
தூரத் தவித்தான் துவண்டு.			212

ஏழையர்க் கெல்லா மிடந்தந்து ஏற்றிவிடும்
ஊழியான்; அந்தணரை உய்ந்தவண் – நாடி
கனவில்வந் தோத; கனல்மூட்டி காத்தார்
மன: தாதி யானேற்றார் தான்.			213

நந்தனாரை அண்டி நயனத் துயிலிடையே
நம்பிநீ தீக்குண்டம் நாடுக – செந்தீயில்
மீள்வாயே; வீணான கீழ்மை தனி;லென்னில்
ஆழ்வாயே என்றானே ஆங்கு.   214

நடராசன் ஆனவன் றன்நயனம் நண்ணி
உடனாடி மெய்சிலிர்த்தான் ஒன்றி – விடையானே
கீழோன்நான் என்பொருட்டாய் கீர்த்தி உவந்தளித்தாய்
வாழ்த்தி வணங்கினேனுன் தாள்.   215

நள்ளிரா வந்துகன வோதிய நாட்டங்கண்
டுள்ளமே பூரித்தான் ஓடினான்– வெள்ளமாய்
அக்கினிக் குண்டத்தே யாங்குற்றான் அந்தணனாய்
மிக்குயர்ந்து மீண்டானாங் கே.   216

வேதியரும் விண்ணாரும் வெற்பனைய மேலாரும்
நீதியனாய்க் காண்டலால் நெக்குருக– பாதியானின்
பாதியானான் பண்பினான் உள்ளூடி ஒன்றானான்
சாதி தகர்த்தானே சாய்த்து.   217

செந்தழலில் உள்ளூடி சேவித்த வாறங்கே
நந்தனனாம் நல்லானும்; நான்மறையின் – முந்தானான்
தன்னையும் வேண்டியே தாளடைந்து மீண்டானே
முன்மைக்கும் மூத்தவ னால்.   218

செந்தழலின் தீநாண செஞ்சடையான் போலுருவில்
அந்தணனாய் முப்புரிநூல் ஆகத்தே – வந்தடைய
ஆதவத்தா னாகிவெளி யாங்கிருந்து தான்மீண்டான்
யாதலத் தோர்வணங்க வே.   219

முன்மைக்கும் முன்னாகி பின்னைக்கும் பின்னாகி
என்மைக்கும் தானே இயல்பாகும் – முன்னோனின்
ஆசியிணைப் பெற்றதனால் ஆழ்ந்தானாம் ஆண்டவனில்
வாசஞ்செய் நந்தனா னும். 220

பறையடிப்பா னுள்ளும் பதமுடனே வாழ்வான்
நிறைகுடமா பத்தியினால் நேர்ந்தால் – துறைதோறும்
காப்பானே அம்பலத்தான் கால்பற்றி கண்ணொாற்றும்
நேத்திறத்தே நிற்பா னரன். 221

கீழென்றும் மேலென்றும் கேள்வியெது மில்லாது
ஆழுகிற பத்திகண் டாண்டிடுவான் – ஊழியானென்
றோதுகிறான் முக்கண்ணன் உண்மையினான் நந்தனனாம்
சூதுமிலா தானுள்ளத் தால். 222

பொய்யான வாழ்வினிலே பொய்யில்லா அம்பலத்தான்
மெய்யாக, வேண்டிடின் மீமிசைவாழ் – அய்யனின்
செய்யத் திருத்தாளின் சீர்த்தி தொழுதிருந்தால்
உய்யாத தில்லை உயர்வு. 223

திருநீலகண்ட நாயனார்

நீலகண்டன் பத்தியினில் நீங்காதா னாகிடினும்
கோலப் பரத்தையின்மேல் கொண்டதொரு – தாளாத
மோகத்தான்; பத்தினியும் மூண்ட வெகுளியினால்
போகப் பணித்தாள் தனித்து. 224

பரத்தைப் புணர்ந்தான்; பரத்ததின் மீது
வரத்தை வழங்கினான்; வன்மை – உரமாக
நீலகண்டன் பத்தியினால் நீலகண்டன் இல்விலக்கி
கோலமும் தான்சோர்ந்திட் டான். 225

நீலகண்டன் பத்தன்நீ நீலகண்ட; தீப்பெண்டிர்
கோலத் தடியான கொள்கையினால் – நீலகண்ட
னாணை அடியேனை யண்டித் தழுவாதிம்
வாணாள் முழுதுமென் றாள்.   226

நீலகண்டன் பத்தனென நீலகண்ட னையணுகி
காலம் சிலபோக காமினிக் – கோலத்
திருவோட்டை கொள்கென்றான் முக்கண்ணன்; தேடி
வரும்வரை காவென்றா னே.   227

பத்தனின் பத்தியினை பாரெலாம் ஈத்துவக்கும்
சித்தமுளான் செஞ்சடையான் சேவகனை – நத்தியே
ஒத்துறவாய் யாமுனக்கு உற்றதிரு வோட்டினை
தத்தமளி யென்றான் தகித்து.   228

முக்கண்ணன் முன்பீந்த மொய்ம்பாம் திருவோட்டை
இக்கணமே தாவென்றான்; இன்னானின் – பக்தியினை
ஒக்க உலகுக் குணர்த்துவான் எம்பிரான்
தக்க தவன்பாத மே.   229

முன்னையீந்த வோடுதான் மூண்ட விதிவசத்தான்
பின்னைத் தொலைந்ததின் பேதமாம் – தன்மையும்
செப்பினான்; மாமுனியன் சீற்றமுளான்; உன்னினையாள்
கைப்பிடித் தாணையிடென் றான்.   230

மேனாள் யாமுடைத்த மெய்யாம் உறுதியினால்
வாணாளில் கைப்பற்றும் வன்மையிலேன் – பேணுகிற
கொம்பிருவர் தாம்பற்றி கொள்ளும் உறுதியினை
நம்புகநீ ரென்றா னவன்.   231

விலைப்பெண்டிர் மீதுற்ற மோகமெனும் ஊழாம்
நிலையறுக்க நீதியினான் காமக் – கலைவிலக்கி
பெண்டிரைத் தீண்டாது பேதுற்றான்; நீலகண்டன்
கொண்டதன் னுள்ளத்தே ஓர்ந்து.   232

கொம்பைப் பிடித்தான் குயவன் உறுதியிட
அம்பாள் துணையாய் அரனுந்தான் – வந்திறங்கி
மெய்ப்பொருளான் மெய்க்கீர்த்தி மேதினியில் மேவிடவே
உய்வித்தான் ஓங்கிடத் தான்   233

குங்கிலியக் கலய நாயனார்

குங்கிலியத் தூபமிட்டு கொண்டாடி; பாம்பணியும்
சங்கிலிய னைத்தொழ; தன்னைத்தந் – தின்பமுறும்
குங்கிலியன் இல்லத்தே கோடணைய செல்வத்தை
தங்கவைத் தாதரித் தான்.   234

இல்லத்தே இல்லுடையாள் யாதொன்றும் இல்லென்னும்
நல்குரவால் நாவடைக்க: நாயனனும் – தொல்லுலகை
தோற்றுவித்துக் காத்தருள்வான் தொண்டிற்காய் குங்கிலிய
ஊற்றுவித்தாய் தந்தருளி னான்.   235

மங்கலநாண் ஈந்த மனைக்கு உயிருடலில்
தங்கவே கூழ்கொணர தாலியை – தந்தவளின்
உள்ளக் கிடக்கை உதறியே குங்கிலிய
வெள்ளம் கொணர்ந்தான் விரைந்து.   236

கூற்றுவனை கூற்றாக்கி கோவில்கொண் டுய்ந்தவனை
தோற்றினான்; தோற்றித் திருப்பாதம் – போற்றி
அமர்ந்தருகே எம்பிரான் ஆழும் இல்லில்
சமைத்தானே தன்னை தனித்து.   237

மங்கலநாண் ஈந்துமாத் தொண்டனாய் சேவித்த
குங்கிலியன் இல்லில் குபேரனும் – சங்கமிக்க
பொன்பொருளை கோடெனவே புக்குவித்து வாழ்த்தினன்
பொன்னம்ப லத்தான் புகல்.   238

மாடுறைவான் பாடுறைய மாடுறைந்த இல்லாமெலாம்
வீடுறைவார் மாடுறைந்தார் பீடுறையும் – பாடுறைந் தான்
ஏடறையா பீடுறைவார் இல்லுறைய சேவுறைந்தான்
தோடுடையான் தோற்றலே காப்பு.			239

திருப்பனந்தாள் தானுறைந்த தேவதேவ ஈசன்
ஒருக்களித்து சாய்ந்திருந்த ஊடல் – சரியாக்க
மன்னவனும் மாப்படையும் மாளாது சோர்ந்திருக்க
குங்கிலியன் கோரினான் சார்ந்து.			240

தார்சுற்றும் தன்கழுத்தை தாளாற்றி காத்திருக்கும்
கார்கண்டன் மேனியினை கள்சுற்றும் – தார்சுற்றி
நேருற்று வீக்கிடுவான் நேர்நிற்க வேண்டிடுவான்
சீருற்றான் எம்பிரானும் சேர்ந்து.			241

பாராளு மன்னவர்க்கும் பாங்கமையா எம்பெருமான்
சீராண்ட சேவைக் குடன்பட்டான் – பேராத
பத்தியினால் முக்கண்ணன் பண்பு வழங்கிடுவான்
உத்தியதே வாழி உயர்ந்து.			242

ஒப்பிலா அப்பரும் ஓங்குசம் பந்தரும்
ஒப்பினார்; குங்கிலியன் ஊற்றுயர்வை – செப்பினார்
ஆமெனிலிம் ஆன்றோரின் ஆன்மம் தெரியுங்கால்
சேமமிதே வாழி சிறப்பு.			243

❖ ❖ ❖

மானக்கஞ்சார நாயனார்

வேண்டுபொருள் வேண்டுமள வீந்துசிற சேனைபதி
வீங்குகுலத் தோன்றலவன் வெற்புதலை – தாங்குகிற
ஈசனடி யார்க்குதவும் மானக்கஞ் சாரனவன்
பேசுபுகழ் வீசிடவாழ்ந் தான்.			244

இட்டபொருள் எத்தனையோ யாரெனினும் எட்டகிலர்
கட்டமுடி யாதுசிவன் காலடியார்க் – கிட்டபடி
ஒட்டுறவில் ஓங்கலென ஓங்கிடுவான்; மூக்கண்ணன்
கட்டளையென் றின்பமுறக் காத்து.   245

விரிசடையான் தண்ணருளால் வெற்புளாள் தந்த
கருணையினால் மாணக்கன் இல்லாள் – கருக்கொண்டான்
முத்தேவி ஒன்றான மூப்படையா பெண்மகவு
சொத்தாய் வளர்ந்தாள் சுகித்து.   246

திருமகளாய் வந்து மலைமகளாய் தேறி
பெருமைக் கலைமகளாய் பெற்றிக் – கொருமகளாய்
பேறுபெற்ற பெம்மாட்டி சீராய் மணம்புரிய
ஏறுபோலே யர்கோன்வந் தான்.   247

கொட்டியும் ஆம்பலும் நெய்தலும் போலவே
ஒட்டியுற வாடிட ஏயர்கோன் – ஒட்டிவந்தான்
அட்டியில் லாவழுகு நங்கையும் நாணுற
மெட்டிக் குரியம்மே லோன்.   248

பிறப்பறுக்கும் முக்கண்ணன்; பேதற்ற பக்தன்
சிறப்பெங்கும் சேர்க்கவே வந்தான் – அறத்தோன்றல்
மாணக்கண் பெற்ற மலர்க்கொடியாள் மன்றலில்
காணக்கண் கோடி கனிந்து.   249

வேத வடிவான் விரிசடையான் தானங்கே
நாத பிரம்ம நயனங்கள் – சீத
குளிர்ச்சியினை சிந்த கோமானாம் எம்மான்
புலர்ந்தானே ஆங்கே பொலிந்து.   250

மாணக்கன் தன்மகளின் மன்றல் தனக்காசி
தேனொக்க தாமென்றான் தேடியே – மாணொத்த
வேதத்தின் நாயகனும் வெள்ளிநிலா போன்றாளின்
தாதுகுழல் நோக்கினான் தான்.   251

மைக்கருங் கூந்தலென் மார்புரி நாணுக்கு
ஒக்கவரு மாதலான் ஒப்பிநீ – தத்தமளி
மாணொாக்க மாணக்க வென்றானே மாச்சிவனும்;
தானொப்பித் தந்தான் அரிந்து.   252

வண்டார்க் கருங்குழலை வாளறிந்து எம்பிரான்;
தொண்டர்க் குதவிய தொண்டறிந்து – கண்டகனும்
எம்பிராட்டி யோடு எழுதரிய எம்பிரானும்
விண்டாசி கூறினா னே.   253

அரிவாள் தாய நாயனார் [அரிவட்டாய நாயனார்]

செந்நெல்லை எம்பிரானின் சீராக்கி, கார்நெல்லை
தந்நெல்லாய் தானுண்டு பத்திசெயும் – பெம்மானின்
வந்தனையை; வந்திசெயும் வாழ்முறையை தாயனையும்
நெஞ்சில் நிறைத்தான் அரன்.   254

நல்குரவில் நன்றாற்றும் நாயனனாம் தாயனனின்
பல்லுறவில் பண்பாட்டில் பத்தியினால் – தொல்லுலகின்
ஆதிசிவன் ஆன்மம் அறைகின்ற மேன்மையினை
ஓதிடவே ஏன்றான் உணர்ந்து.   255

தொல்லுலகின் செல்வமெலாம் தூயனிடம் தான்னீக்கி
நல்குரவு தந்தான் நசையாக்கி – நல்லுள்ள
தாயனும் தொண்டாற்றி கார்நெல்லை தானுகர்ந்து
தூயநெல் தொண்டுக்கென் றான்.   256

கார்நெல்லே காணாது செந்நெல்லே வந்தங்கு
சீராய் சிறந்திருக்க சேவடி – ஒர்ந்தானும்
பச்சைப் பசுங்கூழ் பசியாற தானுண்டு
இச்சையை நீக்கிவாழ்ந் தான்.   257

பசுங்கூழும் இன்றி பசியாற தாயன்
விசும்பாது நீருண்டு வேண்டி – விசுவேசன்
செந்நெல்லும் மாவடுவும் மாங்கையாளும் சேர்ந்தாங்கே
சென்றார் சிவனின் பணிக்கு.   258

உண்ணாத நோன்பும் உடல்நைந்த மென்னிலையும்
எண்ணத்தில் எம்மிறையை ஏந்தவெனும் – வண்ணத்தில்
கூழ்தகர்ந்த வன்னிலத்தே கொண்டு நடக்கையிலே
கால்தத்தி வீழ்ந்தான் கவிழ்ந்து.   259

அண்டமெலாம் உண்ண அமுதீந்த எம்பிரான்
உண்ணுதற் கொன்றும் உணவாங்கே – மண்தீண்ட
எண்ணுதற் கேலாது எண்ணமெலாம் குன்றிவிட
கண்ணுலாதற் கேங்கினை னே.   260

கண்ணுதலாற்க் குண்டியுங் கட்டமையா தன்னிலையால்
கண்டகத்தை வாளெடுத்து கட்டறுத்து – துண்டாக்க
தாயனனும் தன்கழுத்தே தாளாது உந்திவிட
பேயறையும் காடன்வந் தான்.   261

நில்லென்சேய் என்று நிமலனும் கையுரப்பி
சொல்லொண்ணா நல்லுவகை தோத்தரிக்க – சொல்லுகிறான்
மண்ணுண்ட மாவடுவை யானுண்டேன் அஞ்சகிலிர்
விண்ணுண்ட கீர்த்தியுனக் கென்று.   262

எம்பொருட்டால் தன்னுயிரை ஈந்திடவே முன்னிட்ட
நம்பினீர் எம்முடனே நாடோறும்–தங்குகென
எம்பிரானும் எம்பிராட்டி, ஏலும் கணங்களொடும்
செம்பொருளான் சேர்த்தான் சிறப்பு.   263

ஆனாய நாயனார்

வாழ்நிறையைத் தாங்கிடுமாம் மாநிறையாம் ஆநிறைப்பான்
ஊழ்வினைக்கும் மேல்வினையான் உய்விக்கும்– வாழ்வினையான்
ஆனாயன் என்னுமொரு ஆவருமென் செய்தவத்தோன்
பேணாது பெற்றெவர்க் கோ ?   264

வேணுகா னம்மிசைப்பான் வீழாத பத்தியினான்
ஆனாயன்; எம்பெருமான் ஆதிசிவன் – ஊனுருக
தேனொழுக பாடுவதை தேறியதால் கானுயிர்கள்
தானுணர்வு அற்ற தவித்து.   265

அன்றைக்கு மென்றைக்கும் அண்டியவர்க் காத்தருளும்
செஞ்சடையான் ஆதிசிவன் சென்னியில்வாழ் – செஞ்சடை போல்
கொன்றைமலர் கூட்டமதை தாங்கிடுமாம் தாவரங்கள்
தஞ்சமெனக் கொண்டான் தனித்து.   266

ஆயர் குலத்துதித்து; ஆண்டவனாம் ஆதிசிவன்
தூய பதம்பணியும் ஆனாய – தூயவனும்
ஆகாத்து கானகத்தில்; ஆழியானின் தன்னினைவால்
ஏகாந்தம் கொள்வான் இனித்து.   267

எல்லாமும் எந்நாளும் எப்போதும் யாதுசெய
வல்லானை; நன்செய்யும் மாந்தர்க்கு – நல்லானை
பத்திசெய்வார் உள்ளத்தில் பத்திரமாய் உள்ளானை
எத்திசைக்கும் ஏத்தி இசைத்து.   268

காணுயர்ந்த தாவரமும் காண்கின்ற புல்பூண்டும்
ஊணுக்காய் உற்றுடரும் பல்லுயிரும் – வேணறையும்
கானத்தில் கண்மயங்கி தன்னுணர்வைத் தானிழந்து
மோனத்தில் மூழ்கிய வே.   269

விண்மறைய மண்மறைய தன்மறைய விண்டலத்துத்
திண்மறைய தீம்பொழிலும் தான்மறைய – எண்மறந்தான்
ஆனாயன்; ஆண்டவனாம் கண்டகனின் எண்ணத்தை
தான்கவர்ந்து கொண்டான் இசைத்து.				270

விண்டலமும் மண்டலமும் வேற்றான பண்டலமும்
தண்டலத்தா னாளுகிறான் தன்னிசையால்; – கண்டகனாம்
தன்னைவந் துற்றனவே தாயவளும் பீடுற்றாள்
என்னேயென் றார்த்தார் இனித்து.				271

தான்சூழ் கணங்களொடும் தாளா மகிழ்வொடும்
யானென்னும் தீதறுப்பான் எம்பெருமான் – ஊனுருகி
ஆனாயன் கீதத்தின் ஆட்பட்டான் ஆங்குவந்தான்
யானாளுன் காலடியே காப்பு.				272

பண்ணொலியான் பண்ணுலகும் பாங்குறையப் பண்ணுகிற
விண்ணவரின் மேலோனே வேணுகானா – தேனொழுக
என்னுடனே தங்கிடுநீ இன்னிசையைத் தந்திடென
கண்மூன்றான் ஆசிதந்தான் காத்து.				273

மூர்த்தி நாயனார்

மும்மூர்த்தி தன்னலுயர் முன்மூர்த்தி யானபொருள்
எம்மூர்த்தி யாருக்கும் எண்ணத்தான் – செம்மூர்த்தி
மாமதுரை மூர்த்தியினை மண்டியிட்டு; மூர்த்தியெனும்
நாமமுடை நாயன்வாழ்ந் தான்.				274

முந்திவினை மூளாது சந்தனத்தால் காப்பளித்து
வந்திதொழில் செய்தானின் நந்தியினை – வந்தானின்
புந்தியிலே ஆலவாயன் போற்றிதொழு தேற்றானை
முந்துபத்தி செய்பவனார் மூத்து.				275

சந்திரனும் தங்கிவிடும் சூரியனும் தங்கிவிடும்
சந்தனத்தில் காப்பளிக்கும் மூர்த்தியெனுந் – தங்கமகன்
நாயனனின் சேவையது நாடோறும் நீங்காது
காயமுள்ள காலமெலாம் காத்து.   276

கூற்றுவனை கூறாக்கி கூற்றுக்கு கூற்றான
போற்றுசிவன்; பெண்டெடுத்த ஆலவாய் – போற்று நகர்
வேற்றவனும் நாடாண்டான்; விண்ணாளும் மூக்கண்ணன்
போற்றுவோர்க்குத் துன்பங்கள் தொக்கு.   277

ஆலவாயன் தோற்றுவார்க் காலாலந் தானான
சீலமில்லா மன்னவனை சீரழிக்குங் – கோலமாக்க
ஆலவாயா வாமென்ன அன்புருக மூர்த்தியானும்
தாலமதில் தாள்பணிந்தா னே.   278

சந்தனத்தின் தாது கிடையாது தங்கமகன்
முந்திவரும் முன்கையால் தேய்த்தனனே – என்புருக
தன்கையே சந்தனமா; தாளாது முக்கண்ணன்
வந்தனனே வாழ்த்தினா னே.   279

துன்பளித்து இன்பித்தான்; தொண்டற்கு கேடுற்றான்
வன்பித்தன் மன்னவனும் வன்னரகு – சென்றேக
தம்மகவென் றில்லாதான்; கைம்மாவும் தான்தேற
நம்மூர்த்தி யானான் அரசு.   280

தன்னின் சிரசில் சடாமுடி நாடாளும்
தன்மகுடந் தானாக ருத்ராக்கூஷம் – தன்தாராய்
மன்னவனாய் மண்ணாண்டான் மூர்த்தியெனும் கீர்த்தியானும்
கண்ணுதற் கண்ணனே காப்பு.   281

விண்காத்து மண்காத்து வேண்டுகிற எவ்வுயிரின்
எண்காத் தியங்கிமற் றன்னாரின் – திண்காத்த
தேவர்க்கும் தேவன் திருபாதத் தாசிபற்றி
காவலுற்றான் மூர்த்தியா னே.   282

தாயாகி தாதையாகி தாங்கிநிற்கும் காவலாகி
ஒயா துலகையெலாம் காத்தருளும் – துரயவனாம்
முக்கண்ணன் தன்பதத்தை மூர்த்தியானாம் நாயனனும்
ஒக்கவே சேர்ந்தான் உணர்ந்து.   283

முருக நாயனார்

கந்தனின் தந்தைக்கு நெஞ்சுருகி கற்பனித்து
முந்திமனந் தந்த முருகனார் – என்றானான்
வேதத்தின் நாயகனாம் வேதமுதல் காரணனை
ஒதுதொழில் கைக்கொண்டான் ஓர்ந்து.   284

ஆகமங்கள் தானாண்டான் ஆண்டவனின் அன்பினை
மேக மாய்முகர்ந்து மெய்யன்ப – னாகியவன்
மோக மிடறியே முப்போதும் முக்கண்ணன்
தாகமே தானுடைத்தான் நெஞ்சு.   285

பூதக் கணந்திகைக்க பொல்லார் மனந்திகைக்க
நாதத் தலைவன் நயனங்கள் – ஓதமிட
குங்கிலியம், பஞ்சமுகம் கோதில்லா சந்தனத்தான்
தஞ்சமடைந் தானரனின் தாள்.   286

முக்கண்ணும் போதாமே மூவுலகுங் காணாமே
எக்கண்ணால் யான்துய்த்து இன்புறுவேன் – இக்கண்ணன்
வாரிபோல் வாரியே வந்திக்கும் வந்தியெனும்
மாரியை என்றான் அரன்.   287

கொன்றை மலர்முதலா கொண்டாடும் பூவனைத்தும்
கண்ணாளன் கொண்டு கருங்கண்டன் – மன்றினில்
தாளில் சமர்ப்பித்து தந்த பேருவகை
நாளும் மறக்குமோ தான்.   288

ஐந்தெழுத்து மந்திரத்தை ஐயன் திருப்பதத்தே
தந்து தொழுதிருக்கும் தாத்பரியம் – கண்டபின்னே,
வேதத் தலைவன் விழியில் சாரிதரும்
ஒதந் தருமே உயர்வு.   289

ஞானத்தின் சம்பந்தம் ஞாலமெலாம் வீசுகிற
ஞானசம்பந் தப்பெருமான் நாடி – நயந்துவந்தான்
தேனில் விழுமாம் பலாச்சுளையாய் தேடியே
வானோர் வணங்க வியந்து.   290

முக்கண்ண மூர்த்தி முனைந்துமே வந்ததுபோல்
திக்கு மகிழ்வுற சேவித்தான் – இக்கண்ணன்
ஒக்க மகிழ்ந்து உறவாடி தாட்பணிந்து
தக்க பரிசானான் தான்.   291

ஒருயிரில் ஈருடலாய் ஒன்றி உமையாளின்
ஆருரான் பத்தி அணைத்திட–மேருமலை
வாழும் எம்பிரான் வாழ்த்த அவன்தாளை
தாழ்ந்து தந்தனரே தாம்.   292

பத்தியினால்; வீங்குகிற சித்தியினால்; பத்திதரும்
உத்தியினால்; எப்போதும் உத்திதரும் – முத்தியினால்
ஒத்திசைக்கும் காவலனை ஒத்திசைந்து தாட்பணிந்தால்
ஒத்துழைக்கும் விண்ணும் விரைந்து.   293

❖ ❖ ❖

உருத்திர பசுபதி நாயனார்

எங்கெங்கும் ஊடாடி யாதெனினும் உள்ளூடி
தங்கும் பொருளாகி தாங்குகிற – செம்பொருளாம்
கால்நடத்தின் நாயகனை காத்திருக்கும் மூலவனை
சூல்கொண்ட சூத்திரனை தோற்று.   294

பாத்திறத்தான் பாப்பாடி நாத்திறத்தான் நற்சூடி
கோத்திறங்கொண் டுராளும் கோத்திறத்தான் – மாத்திறத்தை
பூத்திறத்தான் போற்றுகிற புந்தியுளான் அந்தணனாம்
தோத்தரிப்பான் கண்டகனை கண்டு.   295

உருத்திர மந்திரத்தை ஓதிடுவான் நாளும்
சிரத்தை, சிரத்தின்மேல் கொள்ளும் – வரத்தை
உரமாக உள்ளுகிறான்; செஞ்சடையான் வாழ்த்தும்
உருத்திர நாயனனும் ஓர்ந்து.   296

நீர்நிலையில் நின்று நிமலைனையுங் கைகூப்பி
ஓர்ந்தென்றும் ஓதும் உருத்திரன் – தேர்ச்சிகண்
டுள்ளூடி ஓடி உடையவனைக் காக்கின்றான்
வெள்ளையான்மேல் நின்றான் வியந்து.   297

பூநின்ற; பூவிலுறை ஈநின்ற; பூநின்ற
காநின்ற; காநின்ற யாநின்ற – பாநின்ற
தோடுநின்ற காதுடையான் தம்மீது தோற்றிநின்ற
பாடுநின்ற பண்ணதனைப் பார்த்து.   298

கணங்களொடு காளையும் காளையொடு நாளும்
உணர்வொன்றி ஊரொன்றி உள்ள – எனைத்தொன்றி
ஒன்றாத துண்டுகொலோ என்னுமா ரீசனையும்
வென்றா னுருத்திர னாங்கு.   299

ஊனாய் உயிருமாய் உண்ணிற்கும் யாதுமாய்
வானாய் வெளியுமாய் வந்திக்கும் – மாணுமாய்
உள்ளுடும் எம்பிரான் ஓடிவந்து ருத்திரனின்
கள்ளு டிசைகேட்டா னே.   300

உருத்திர நாம முருத்திரனோ டொன்றி
பொருந்தினா னீசனொடு பத்தி – பொருந்திவர
எண்ணி லடங்காத எம்பிரான் தொண்டரில்
எண்ணி இணைந்தான் இயைந்து,   301

பத்திசெயும் உத்தியினில் பார்வதியின் நேசனையும்
ஒத்திசைத்தான் தன்னோ டொன்றிய – முத்தியினால்
எத்திசையும் ஏத்தும் எம்பிரான் முக்கண்ணன்
ஒத்தான் பசுபதியை ஓர்ந்து.   302

மண்ணுண்ட விண்ணுண்ட எண்ணுண்ட மாணுண்ட
தன்னுண்டு மீநின்று தன்னைத்தான் – வென்றாணை
தன்பத்தி யாணுண்டு தன்னம்மை தானென்ற
நன்னன் உருத்திரன்போல் ஓங்கு.   303

கூற்றுவனை கூறாக்கி கோரியுணை தாட்பணிந்து
தோற்றுவனை; காப்பாற்றி துன்பமதை– மாற்றியவா
மார்க்கண்ட பக்தனுக்கு மார்க்கமதை காட்டியவா
கார்கொண்ட கண்டனே கா. 304

பித்தா; பிறைசூடி; பேய்கணங்கள் தான்சூழ
எத்தாவும் காத்தருளும் ஈ.சனே; – முத்திபெறும்
சித்தம்தா முன்வினையாம் தீவினையை நீக்குகிற
வித்தைதா வெற்புடையா னே. 305

கண்ணுதலால் காத்தருள்வாய் கங்கையின் அம்பிகையின்
பெண்ணுருவை தன்னுருவில் பேதறவே– பண்ணியவா
உன்னுருவே மண்ணுருவாம் ஓங்கிவரும் விண்ணுருவாம்
என்னுயர்வை உன்னருளால் தா. 306

அண்டமும் பிண்டமும் ஐயாவுன் ஈகையெனில்
தொண்டருக்கா யாசித்து தொண்டாற்றும் – கண்டகனே
விண்டாலும் நாவினிக்கும் வீழ்ந்தாலும் பொற்பதத்தில்
கண்டாலும் கற்பனிக்கும் கா. 307

பற்றற்று பற்றவைக்கின் பற்றும் பரமன்நீ
கற்றவர்க்கு கற்பனைபோல் செற்றவர்க்கு – செற்றவர்போல்
உற்றவனே; ஊழ்வினைகள் யாவையும் ஒட்டிவிட
கற்றவனே கண்ணுதலால் கா. 308

கண்ணப்பி கந்தந்தான் கண்ணப்ப நாயனையும்
உன்னொப்பி ஊக்கியவா ஓங்கலெனும் – அன்னானின்
மண்ணொப்பின் மாண்புடையார் மற்றவர் யாரென்று
விண்ணொப்ப வீக்கினாய் வீச்சு. 309

பண்ணென்றால் பண்ணாவாய் பாவென்றால் நீயாவாய்
கண்மூன்றால் பூலோகம் காப்பவனே – பெண் பாதி
தன்பாதி ஆக்கியவா தாட்பதிய கூத்தாடும்
முன்மைக்கும் மூத்தோனே கா. 310

என்னாவில் நீயிருப்பாய் என்வாக்கில் நீயருள்வாய்
முன்னாளில் யான்செய்த மூள்தவத்தான் – உன்பாதம்
என்னாளும் நான்வணங்க இன்னாளைத் தந்தருள்வாய்
பொன்னானுன் பாதம் புகல். 311

சுபம் சுபம் சுபம்

அரங்கனென்ற் கா

அரங்கனென்றக் காவென்றேன் ஆடற் கரசை
வரங்கள் வழங்கியே வாழ்த்தும் – அரன்தான்
கரங்கள் அணைத்தினால் காவுற்றான் என்னை
சிரந்தாழ்த்தி செய்வேன் சிறப்பு. 312

கற்பனைக்கு மெட்டானை காற்சதங்கை பெற்றானை
அற்பன் அரங்கனென் அன்புக்குள் – உற்றானை
பற்றுவைக்கின் பற்றுவைத்து பற்றும் பரமனை
பற்றினேன் பற்றுவைத்துத் தான். 313

வரந்தான் வழங்கிட வாவென்று வாடி
அரங்கன் அழுதேன் தொழுதேன் – இரங்கினான்
கன்னித் தமிழ்முதலா கற்கண்டு சொல்லாட்சி
முன்னியே தந்தான் முனைந்து. 314

அரங்கனென்ற் காயிரமா யாக்கங்கள் தந்து
வரங்கள் வழங்கியே வாழ்த்தும் – பரமனின்
பொற்பதங்கள் பற்றி பொழுதும் அழுதிருக்கும்
அற்புதங்கள் வேண்டினேன் நான். 315

நன்றி

குறிப்பு